மிளகாய் ஹோம நாயகி
ப்ரத்யங்கிரா தேவி

மிளகாய் ஹோம நாயகி

ப்ரத்யங்கிரா தேவி

உமா சம்பத்

கிழக்கு

மிளகாய் ஹோமம் நாயகி ப்ரத்யங்கிரா தேவி
Milagaai Homanayagi Prathyangara Devi
Uma Sampath ©

First Edition: January 2007
112 Pages
Printed in India.

ISBN: 978-81-8368-275-6
Title No: Kizhakku 832

Kizhakku Pathippagam
177/103, First Floor,
Ambal's Building, Lloyds Road
Royapettah, Chennai 600 014.
Ph: +91-44-4200-9603
Email : support@nhm.in
Website : www.nhm.in

Author's Email : umasampath60@yahoo.co.in

Kizhakku Pathippagam is an imprint of New Horizon Media Private Limited

This book is sold subject to the condition that it shall not, by way of trade or otherwise, be lent, resold, hired out, or otherwise circulated without the publisher's prior written consent in any form of binding or cover other than that in which it is published and without a similar condition including this the rights under copyright reserved above, no part of this publication may be reproduced, stored in or introduced into a retrieval system, or transmitted in any form or by any means (electronic, mechanical, photocopying, recording or otherwise), without the prior written permission of both the copyright owner and the above-mentioned publisher of this book.

அன்னை ஆதிபராசக்தியே போற்றி
அருள்மிகு அதர்வணக் காளியே போற்றி
சுகம் தரும் சூலினி தேவியே போற்றி
மங்களம் அருளும் மகா சக்தியே போற்றி போற்றி

மனம் மகிழட்டும்

(சர்வ மதங்களுக்கும் பொதுவான பிரபஞ்ச சக்தியைப் போற்றும் துதி)

- உலகமெல்லாம் நிறைந்த பரம்பொருளே
  எல்லா உயிரும் நீயே
  எல்லா செல்வங்களும் நீயே
  உனது அருள் எப்போதும் எங்களைக்
  காத்து நிற்கிறது
  இந்த உண்மையை நாங்கள் உணர
  அருள்புரிவாய்.

- பசிக்கு உணவு ஆவாய்
  பருகும் நீர் ஆவாய்
  நோய்க்கு மருந்தாவாய்

- இருள்போக்கும் ஒளியே
  வறுமை நீக்கும் செல்வமே
  வாழ்வும் வளமும்
  உனது நன்கொடைகள்
  அன்பும் அறனும் உனது
  அற்புதப் படைப்புகள்

- பிரபஞ்சமே பராசக்தியே
  உன்னில் பிறந்து
  உன்னில் வளரும் எங்களை
  உன்னதமாக்கி அருள்புரிவாய்!

உள்ளே...

1. எலும்புத் துண்டு... யந்திரத் தகடு...
   மஞ்சள் முடிச்சு! ... 11
2. ரத்தத்தைக் குடித்த உக்கிர நரசிம்மர் ... 18
3. ப்ரத்யங்கிரா விழுங்கிய அசுரப் பறவை ... 22
4. அந்தரத்தில் தொங்கிய அந்தகன் ... 27
5. மது - கைடபர்களின் மடபுத்தி ... 31
6. தலை கிள்ளப்பட்ட தட்சன் ... 37
7. முச்சூலத்தால் முடிந்த தாருகன் ... 41
8. அபயம் தரும் அதர்வணக் காளி ... 47
9. சுகவாழ்வு தரும் சூலினி துர்க்கா ... 51
10. ப்ரத்யங்கிரா தேவி வழிபாடு ... 55
11. ப்ரத்யங்கிரா தேவி திருத்தலங்கள் ... 59

12.	ஸ்ரீ மகா ப்ரத்யங்கிரா ஹோமத்தில் கலந்துகொள்வதால் ஏற்படும் நன்மைகள்	... 65
	தேவியின் மூலமந்திரம்	... 70
	ப்ரத்யங்கிரா ஸூக்தம்	... 72
	ஸ்ரீ ப்ரத்யங்கிரா மாலா மந்த்ரம்	... 77
	ஸ்ரீ ப்ரத்யங்கிரா அஷ்டோத்ரம்	... 80
	ப்ரத்யங்கிரா கவசம்	... 85
	ஸ்ரீ ப்ரத்யங்கிரா அதர்வண பத்ரகாளீ மந்த்ர ஜபவிதானம்	... 92
	அருள்மிகு ப்ரத்யங்கிரா தேவி போற்றிகள்	... 95
	ஸ்ரீ சூலினி அஷ்டோத்ரம்	... 101
	ஸ்ரீ சரபேஸ்வர அஷ்டோத்ர சத நாமாவளி	... 106

1. எலும்புத் துண்டு...
யந்திரத் தகடு... மஞ்சள் முடிச்சு!

ஸ்ரீ மகா அதர்வணக் காளி ஆசிரமம் அமைதியான சூழலில் அமைந்திருந்தது.

உள்ளே நுழையும்போதே இனம் புரியாத நிம்மதியையும், தெய்வீக உணர்வையும் உணரமுடிந்தது.

'வாங்க சுந்தரேசன்! அன்னை ப்ரத்யங்கிரா தேவியைச் சரண டைந்தவர்களுக்கு வாழ்க்கையில் ஒரு குறைவும் வராது. இனி, எந்தக் கவலையும் பயமும் வேண்டாம். உங்களுடைய சந்தோ ஷம் அவளுடைய பொறுப்பு. மனசில் எந்தக் கலக்கமும் இல் லாம நம்பிக்கையோடு வாங்க!' என்றபடி, சுந்தரேசன் குடும்பத்தினரை புன்னகையுடன் வரவேற்றார் சத்யானந்த சுவாமிகள்.

அதர்வணக் காளி ஆசிரமத்தின் மகா குருஜி இவர்.

சுந்தரேசனும் அவருடைய மனைவி மீனாட்சியும், மகள் அனு, மகன் அருணுடன் ஆசிரமத்தினுள் நுழைந்தனர்.

அடர்ந்த சோலைக்கு நடுவே அழகாக அமைந்திருந்தது ஆசிரமம். பார்க்கவே மனத்துக்கு இதமாக சந்தோஷமாக இருந்தது. ஆசிரமத்தில் சின்னச்சின்னதாக நிறையக் குடில்கள். காவியுடை அணிந்த சீடர்கள் ஆங்காங்கே ஏதேதோ வேலை பார்த்துக்கொண்டிருந்தார்கள். நடுவே ஓர் ஆலயம் பெரிதாக அமைந்திருந்தது.

'இதுதான் தேவி ப்ரத்யங்கிராவோட ஆலயம். வாங்க! முதல்ல அவளைத் தரிசனம் பண்ணிக்குங்க. சாயந்திர பூஜையிலும் அதுக்குப்பிறகு நள்ளிரவு யாகத்திலும் நீங்க கலந்துக்கலாம்!' என்றார் சத்யானந்த சுவாமிகள்.

அனைவரையும் ஆலயத்தினுள் அழைத்துச் சென்றார். நுழைந்ததுமே எதிரே மகாசக்தியின் எழிலுருவத் தரிசனம். 'எப்போதும் மகாசக்தியை முதலில் வணங்கிவிட்டு, பிறகு ப்ரத்யங்கிரா தேவியை வழிபடுவதே நல்லது. மகாசக்தியை வணங்கி வழிபாடு செய்தால், ப்ரத்யங்கிரா தேவி நமக்குத் தெரியாமலே நம்மைக் காத்து அருள்புரிவாள்!' என்றார் சத்யானந்தா.

சக்தியை வணங்கிவிட்டு கருவறைக்குள் நுழைந்தார்கள்.

ஆலயத்தினுள் அன்னை ப்ரத்யங்கிரா தேவி பிரும்மாண்ட உருவத்தில் அமர்ந்த கோலத்தில் தரிசனம் தந்தாள். சிங்க முகத்துடன் சிவப்பேறிய கண்களும் கரிய நிற உடலும் கொண்டு, நான்கு கைகளில் சூலம், கபாலம், பாசம், டமருகம் என்கிற நால்வகை ஆயுதங்களைத் தாங்கியிருந்தாள். நீலநிற ஆடை உடுத்தி, கபாலங்களை மாலையாகக் கோர்த்து அணிந்திருந்தாள்.

'இவள்தான் அதர்வணக் காளி என்று அழைக்கப்படும் ப்ரத்யங்கிரா தேவி!' என்றபடி அன்னைக்கு கற்பூரதீபம் காட்டினார் சத்யானந்தா.

'பார்க்கவே பயமா இருக்குப்பா இந்தச் சாமி!' என்றான் அருண்.

கற்பூர ஆரத்தியோடு வந்த சத்யானந்த சுவாமிகள் மெல்லச் சிரித்தார்.

'பயப்படவே வேண்டாம்பா! அகோரரூபம் கொண்டாலும் இவ சாந்தமான தேவி. கேட்டவங்களுக்கு கேட்டதைத் தருபவள். தன்னை உபாசிப்பவன் நல்லவனா கெட்டவனான்னு எல்லாம் பார்க்கமாட்டா. பக்தி உண்மையானதா இருந்தால், அந்த பக்தனின் பக்கத்திலேயே பாதுகாப்பாக இருக்கற தெய்வம் இவள். பயத்தைப் போக்குபவள். எந்தக் காரணத்தினால பயம் ஏற்பட்டாலும் சரி, இவள் நாமாவைச் சொன்னாலே போதும். நிவாரணம் கிடைச்சுடும்.'

அனைவரும் கற்பூர ஆரத்தியை கண்ணில் ஒற்றிக் கொண்டனர்.

'அதெப்படி, கெட்டவங்களுக்கு சாமி துணையிருக்கும்?' கேட்டான் அருண்.

'ஏய் அருண்! என்ன துடுக்குத்தனம் இது?' - அதட்டினாள் மீனாட்சி.

'பரவாயில்லைம்மா! குழந்தைகள் எப்போதும் சரியாகத்தான் கேட்பாங்க. சந்தேகத்தைப் போக்கறது நம்ம கடமை!' என்ற சுவாமிஜி, அருணிடம் திரும்பிச் சொன்னார்:

'அன்னை ப்ரத்யங்கிராவைப் பொறுத்தவரை அப்படித்தான் கண்ணா! கெட்டவங்களுக்கும் நல்லது செய்து, அவங்களை தன் வசப்படுத்தி மெல்ல நல்வழிப்படுத்திடுவா. எவ்வளவுக்கு எவ்வளவு நற்பலன்களைச் செய்கிறாளோ, அதே போல உபாசகர்கள் - நெறி தவறினாலும் துஷ்பிரயோகம் செய்தாலும், அவங்களையும் அழித்துவிடும் குண முடையவள்.'

சுவாமிகள் எல்லோருக்கும் குங்குமப் பிரசாதமும் மலர்களும் கொடுத்தார். 'சரி, வாங்க. சாயந்திரம் பூஜையில கலந்துக் கலாம். அதுவரைக்கும் என் இடத்திலே வந்து கொஞ்சம் இளைப்பாறுங்க' என்றார்.

சுந்தரேசன் குடும்பத்தினரை தன் குடிலுக்குள் அழைத்துப் போய் அமரவைத்தார் சத்யானந்த சுவாமிகள்.

'சுவாமி! என் பிரச்னை என்னன்னா... என்று ஆரம்பித்தார் சுந்தரேசன்.

'தெரியும் சுந்தரேசன். போனவாரம் உங்க நண்பர் ஜெகதீசன் இங்க வந்தபோது அதைப்பத்தி சொன்னார். உங்க வீட்டுத் தோட்டத்திலேயும் வடக்கு மூலையிலேயும், ஏதேதோ மந்திரிச்சு வச்ச யந்திரத்தகடுகளும் முடிச்சுப்போட்ட மஞ்சள் துணிகளும் கிடைச்சதா சொன்னார். உங்களுக்கு, யாரோ செய்வினை செய்திருக்காங்க இல்லையா?'

'அப்படித்தான் தோணுது சுவாமிஜி!'

உங்களோட தொழில் வியாபாரம்தானா?'

'ஆமாம் சுவாமி. என்கூடப் பிறந்தவங்க நாலுபேர். முதல்ல அண்ணன், நான், என் தம்பி எல்லோரும் ஒண்ணாதான் வியாபாரம் பார்த்தோம். அப்புறம் சின்னச் சின்ன பிரச்னை கள், மனஸ்தாபங்களால மூணுபேரும் பிரிஞ்சிட்டோம். தொழில் வேற வேறன்னாலும், எனக்கு அவங்கமேல பாசம் விட்டுப்போகல. ஆனா...'

'ம். தயங்காம சொல்லுங்க சுந்தரேசன்!'

'நான் சொல்றேன் சுவாமி!' என்றாள் சுந்தரேசனின் மனைவி மீனாட்சி.

'இப்ப கொஞ்சகாலமா எங்களுக்கு தொழில்ல நஷ்டம் சுவாமி. வீட்ல எல்லோருக்கும் மாத்தி மாத்தி உடம்பு சரியில்லாம போகுது. இது ஏதோ போதாத வேளை, எல்லாம் விதின்னு

நினைச்சேன். ஆனா, ஒருநாள் தோட்டத்திலே பூச்செடி வைக்க குழி தோண்டினபோது, அங்க சில யந்திரத் தகடுகளும் மஞ்சள்துணி முடிச்சும் எலும்புத் துண்டுகளும் என்னென்னவோ இருந்தது. எங்களுக்கு ஒண்ணுமே புரியலை. அப்பதான் இவரோட நண்பர் ஜெகதீசன், எங்க குடும்பத்துமேல யாரோ பில்லி சூன்யம் மாதிரி வச்சிருக்காங்கன்னு சந்தேகப்பட்டார்.'

'நான் யாரையுமே விரோதியாக நினைச்சதில்லை சுவாமி. எனக்குப் போய் யார் இப்படி...' - நா தழுதழுத்தார் சுந்தரேசன்.

'யார் இதைச் செய்திருப்பாங்கன்னு புரியலை. எங்களோட சொந்த பந்தமா, இல்லை தொழில் போட்டியாளர்களா? யாரை சந்தேகப்படறதுன்னே தெரியலை சுவாமி!' என்றாள் மீனாட்சி.

'அம்மா! ஏன் வருத்தப்படறீங்க? அது யாரா வேணா இருக் கட்டும். ப்ரத்யங்கிரா தேவிகிட்டே வந்து அடைக்கலம் ஆகிட்டீங்க இல்லையா! இனிமே எந்தக் கஷ்டமும் உங்களுக்கு இருக்காது. உங்க நல்ல மனசுக்கு எல்லாம் நல்ல படியாகவே நடக்கும். 'ப்ரத்யங்கிரா த்யான சீலே நகுர்யாத் த்வேஷ மாத்மன'ன்னு சொல்லுவாங்க. இதுக்கு அர்த்தம் என்ன தெரியுமா? ப்ரத்யங்கிரா தேவியோட மந்திரத்தை சாதகம் செய்கிறவங்ககிட்ட, யாரும் துவேஷம் வச்சுக்கக் கூடாதுன்னு எச்சரிக்கற சுலோகம் அது.

இந்த சரபசக்தி, தன்னை நம்பினவங்களைக் கைவிட மாட் டாம்மா. தன்னுடைய பக்தர்களின்மேல் ஏவப்படுகிற செய்வினையோ பில்லி சூன்யமோ, எந்தத் தீயவினைக ளையும் அவ பொறுத்துக்கவே மாட்டா. ஏவினவர்கள் மேலேயே திருப்பி விட்டுடுவா!' என்றார்.

'ஸ்வாமி!' - தயங்கினாள் அனு.

'என்னம்மா, தைரியமா கேளு!'

15

‘சுவாமி! ப்ரத்யங்கிரா தேவியைப் பத்தி சமீபகாலமாகத்தான் கேள்விப்படறோம். இந்த தேவி யாரு? இப்பதான் திடீர்னு இந்தக் கடவுள் பிரபலமா பேசப்படறாங்க. ஏன் சுவாமி?’

‘நீ கேட்கறதும் சரிதாம்மா. அன்னை ப்ரத்யங்கிரா பத்தி, பல நூறு ஆண்டுகளா சராசரி ஜனங்களுக்கு அதிகமா தெரியாமலே இருந்தது. தாந்திரீகம் கற்றவங்க மட்டுமே தேவியைப் பூஜித்து வந்தாங்க. சோழர்கள் காலம் வரையிலும், சரபேஸ்வரருக்கும் ப்ரத்யங்கிராவுக்கும் நிறையக் கோயில்கள் இருந்தது. அப்புறம் காலப்போக்குல சில கோயில்கள் சிதைஞ்சும் மறைஞ்சும் போனதால, ப்ரத்யங்கிரா வழிபாடு ஒரு குறிப்பிட்ட வட்டத் தோட நின்னுடுச்சு. மாயை, கடவுள்களையும் நம்மிடமிருந்து மறைக்கும். அவசியம் ஏற்படுகிறபோது, காலத்தால் வெளிப் படும். குரோதமும் வன்முறையும் துரோகமும் நிறைஞ்ச இந்தக் கலியுகத்திலே, நல்லவங்க பக்கத்திலே துணையிருக்க, ப்ரத்யங்கிரா தேவி அவளாகவே இப்ப நமக்கு பிரத்யட்சமாகி இருக்கா!’

‘சுவாமி, ப்ரத்யங்கிரா தேவி யாரு? அவங்க எந்தக் கடவுளோட அம்சம்? இதெல்லாம் தெரிஞ்சுக்க ஆசைப் படறோம். சொல்றீங்களா?’ - பணிவுடன் கேட்டாள் மீனாட்சி.

‘சொல்றேம்மா. ப்ரத்யங்கிரா தேவி, பத்ரகாளியோட சொரூ பம்தான். ‘பத்ரம்’னா மங்களம்னு பொருள். இவளை வழி படும் பக்தர்களுக்கு மங்களத்தையே தருவதால், இவளுக்கு பத்ரகாளி என்ற பெயர் ஏற்பட்டது. ப்ரத்யங்கிரஸ், அங்கிரஸ் என்ற இரண்டு ரிஷிகள் இந்த தேவிக்குரிய மந்திரத்தைக் கண்டுபிடித்ததால், அந்த ரிஷிகளின் பெயர்களை இணைத்து இவள் ப்ரத்யங்கிரா என அழைக்கப்படுகிறாள்.

முதல்ல இவள் எப்படித் தோன்றினாள்னு சொல்றேன். அதைத் தெரிஞ்சுக்கணும்னா, நாம விஷ்ணுவின் பத்து அவதாரங்களில் ஒன்றான நரசிம்ம அவதாரக் கதைக்குப் போகணும்!’

'பிரகலாதன் கதைதானே சுவாமி?' - ஆர்வத்துடன் கேட்டான் அருண்.

'ஆமாப்பா. பிரகலாதனோட தந்தையான இரண்யகசிபுவை, திருமால் நரசிம்ம அவதாரமெடுத்து அழிச்சார்னு அதுவரை மட்டும்தான் உங்களுக்குத் தெரிஞ்சிருக்கும். ஆனா, கதை அத்தோட முடியலை. அதுக்குப் பிறகு, விஷ்ணுவுக்கும் சிவ பெருமானுக்கும் ஒரு பெரிய உக்கிரப் போராட்டமே நடந்தது. அதன் விளைவா தோன்றியவள்தான் தேவி ப்ரத்யங்கிரா!' என்றவர் கதை சொல்லத் தொடங்கினார்.

அனைவரும் ஆவலுடன் கேட்கத் தயாரானார்கள்.

2. ரத்தத்தைக் குடித்த உக்கிர நரசிம்மர்

‘தேவர்கள் அத்தனைபேரும் பயந்து நடுங்கினார்கள். செய்வது புரியாமல் திகைத்துப்போனார்கள்.

நரசிம்ம பகவானின்மேல் ஒரே ரத்தப் பிரவாகம். அடர்ந்த பிடரித் தலைமுடியுடன் பரந்த முகம். சினம் கொண்ட சிவந்த கண்கள். கூரிய கோரைப் பற்கள். கைகளின் கூரான நகங்களிலிருந்து, அரக்கர்களின் பாவ ரத்தம் சொட்டிக்கொண்டிருந்தது.

தேவி மகாலக்ஷ்மியே மிரண்டுபோய் காணப்பட்டாள். கணவர் நாராயணனின் இந்தக் கோலம், இதுவரை அவளே காணாதது. தன் பரம பக்தன் பிரகலாதனைக் காப்பாற்றுவதற்காக, திருமால் இப்படி ஓர் அவதாரம் எடுப்பாரென்று அவள் கொஞ்சமும் எதிர்பார்க்கவில்லை. பாவம்! அந்த இரண்யகசிபுவும்கூட திகைத்துத்தான் போனான்.

'நான் வணங்கும் திருமால், இந்தத் தூணிலும் இருப்பார்!' என்று பிள்ளை பிரகலாதன் சொன்னபோது, நம்பிக்கை இல்லாமல்தான் தூணை உடைத்தான் அவன். அதிலிருந்து சிம்ம கர்ஜனையோடு, இப்படியொரு கொடூரத் தோற்றத் தோடு நரசிம்மர் வெளிப்படுவார் என்று துளியும் கருத வில்லை.

ஆனாலும் பயமின்றி, 'ஆஹா! வந்தாயா மாயாவியே! இன்றோடு உன்னைத் தொலைத்துவிடுகிறேன்!' என்ற படி, ஆங்காரத்துடன் நரசிம்மத்தின்மேல் பாய்ந்தான் இரண்யகசிபு.

அப்போது அந்திவேளை! தன்னோடு மோதவந்த இரண்ய கசிபுவை, ஒரே அடியில் வீழ்த்தினார் நரசிம்மர். மிதமிஞ்சிய கோபத்துடன், அவனை சிறு பொம்மை போல தூக்கி எடுத்துக் கொண்டார். நேராக வாசற்படியில் வந்து அமர்ந்து, அவனை தன் மடியின்மீது போட்டுக்கொண்டு, ஆங்காரத்துடன் தன்னு டைய கூர்மையான நகங்களையே ஆயுதமாகக் கொண்டு அவனுடைய மார்பினைப் பிளந்தார். ரத்தம் கொப்பளித்தது. குடலை உருவி மாலையாகப் போட்டுக்கொண்டார். ரத்தம், மேலும் பீறிட்டு அடித்தது.

ஓவென்று அலறியபடியே உயிரை விட்டான் இரண்யகசிபு.

ஏற்கெனவே அவன் பிரம்மாவிடம் வரம் வாங்கியிருந்தான். 'என்னுடைய சாவு, பகலிலோ இரவிலோ வரக் கூடாது. தேவர்கள், அசுரர்கள், மனிதர்கள் மற்றுமுள்ள உங்கள் படைப் பினாலாகிய பிராணிகள் போன்ற எவற்றாலும் எனக்கு மரணம் நேரக் கூடாது. தரையிலோ, ஆகாயத்திலோ, உயிருள்ள பொருளாலோ, உயிரற்ற பொருளாலோ, வீட்டுக் குள்ளேயோ, வீட்டுக்கு வெளியிலோ, எந்த ஆயுதங்களாலும் எனக்கு மரணம் சம்பவிக்கக் கூடாது!' என்று கேட்டுப் பெற்றிருந்தான்.

அப்படி அவன் பெற்ற வரத்தின்படியே, அது பகலும் இல்லாத இரவும் இல்லாத அந்திப்பொழுது. நரசிம்ம அவதாரமோ,

மனிதனும் இல்லை முழுப் பிராணியும் இல்லை. இது பிரம்மாவின் படைப்பும் இல்லை. தரையிலோ ஆகாயத்திலோ சாவு நேரக் கூடாது என்பதால், நரசிம்மர் இரண்யகசிபுவை தன் மடியின்மீதே போட்டுக்கொண்டார். எந்த ஆயுதத்தினாலும் அழியக் கூடாது என்பதால், தன் கூரிய நகங்களையே ஆயுதமாகக் கொண்டு அவனைக் குத்திக் கிழித்தார் நரசிம்மர்.

இரண்யகசிபுவின் மார்பிலிருந்து பொங்கி வழிந்த ரத்தத்தை, ருசித்துக் குடித்தார்.

கோபம் தணியாத நரசிம்மரின் உக்கிரம், இரண்யகசிபுவின் ரத்த பானத்தால் பல மடங்கு அதிகமாகியது. ரத்தமும் மாமிசமும் நரம்புகளின் மாலையுமாக அவரின் தோற்றம் பார்க்கவே பயங்கரமாக இருக்க, தேவர்களும் ரிஷிகளும் முனிவர்களும் செய்வது புரியாமல் கை பிசைந்தார்கள்.

நரசிம்மர், மேலும் மேலும் அசுரர்களை நகங்களால் குத்திக் கிழித்து தோரணமாக்கி வீசினார். அரச சபை, ரத்தமயமாக நனைந்திருந்தது. கொஞ்சமும் ரௌத்ரம் தணியாமலே சிம்மாசனத்தில் அமர்ந்தார் நரசிம்மர்.

நரசிம்மரின் கோபாக்னியில், உலகமே ஸ்தம்பித்து நின்றது. பிரம்மா முதலான தேவாதி தேவர்கள் கூடிநின்று பூமாரி பொழிந்தனர். உக்கிரம் தணிய வேண்டினர். ஸ்தோத்திரம் பாடி சாந்தப்படுத்த முயற்சித்தனர். ஆனாலும், நரஹரியின் கோபத்தை, குறைக்க முடியவில்லை.

பிரகலாதன் ஒருவனால் மட்டுமே விஷ்ணுவைச் சாந்தப் படுத்த முடியும் என்று, பிரகலாதனை நரசிம்மரிடம் அனுப்பினார் பிரம்மதேவன்.

பிரகலாதனும் பலவிதமாகத் துதித்தபடியே நரசிம்மரை நெருங்கி, அவரின் உக்கிரம் தணிய வேண்டினான். விஷ்ணு நரசிம்மர் மனம் மகிழ்ந்து, பிரகலாதனை அள்ளி அணைத்து

தன் மடியில் தூக்கி வைத்துக்கொண்டார். என்றபோதும், அவருடைய ரௌத்ரம் தீரவில்லை.

தேவர்கள் யோசித்தார்கள். விநாயகரைத் துதித்து, விஷ்ணுவை சாந்தப்படுத்த வேண்டினார்கள். விநாயகர் தன் மூஷிக வாகனத்தின் மீதேறி பலவிதமாக கேளிக்கைகள் செய்து காட்டி, நரசிம்மரை சந்தோஷப்படுத்த முயன்றார். அதுவும் பயனளிக்கவில்லை. மேலும் மேலும் நரஹரியின் கோபம் கொழுந்துவிட்டு எரிந்தது.

கடைசியாக வேறு வழியில்லாமல், பிரம்மனும் தேவர்களுமாக கைலாய மலைக்குச் சென்று பரமேஸ்வரனிடம் முறையிட்டார்கள். சிவபெருமான், அவர்களின் கோரிக்கைப்படி விஷ்ணுவைச் சாந்தப்படுத்த வீரபத்திரரை அனுப்பிவைத்தார்.

ஆனால், வீரபத்திரரின் அந்த வருகைதான்-திருமாலுக்கும் சிவ பெருமானுக்குமான சண்டைக்குக் காரணமாக அமைந்தது.'

3. ப்ரத்யங்கிரா விழுங்கிய அசுரப் பறவை

'சிவபெருமானின் கட்டளைப்படியே நரசிம்மரிடம் வந்து பணிந்தார் வீரபத்திரர்.

'திருமாலே! பரந்தாமா! உலகைக் காத்து ரட்சிக்கும் நாராயணா! தயவுசெய்! உன் உக்கிரத்தின் காரணமாக, மூவுலகங்களும் நடுங்குகின்றன. இந்த உங்களுடைய கோர உருவத்தை மாற்றிக்கொண்டு சாந்தமடையுங்கள் பிரபு!' என்று வேண்டினார்.

ஆனால், யாருமே எதிர்பாராத நிகழ்வு ஏற்பட்டது. கொஞ்சமும் கோபம் தணியாத நரசிம்மர், வீரபத்திரரையே தன் கூரிய நகங்களால் பற்றி வதைக்கத் தொடங்கினார். துன்பம் தாளாமல் துடித்தார் வீரபத்திரர்.

இதைப் பார்த்துக்கொண்டிருந்த அத்தனை தேவர்களும் செய்வது தெரியாமல் நடுநடுங்கிப் போனார்கள்.

'ஐயோ! இதென்ன விபரீதம்!' என்று புலம்பினார்கள்.

வீரபத்திரர் பரிதவித்தார். 'கைலாசநாதா, காப்பாற்று!' என்று கதறினார்.

விளைந்தது விபரீதம்! கோடானுகோடி சூரியஒளியுடன் ஒரு பயங்கரப் பறவை தோன்றியது.

அது முழுப் பறவையைப் போலவும் இல்லை. பாதி உருவம் - பயங்கரமான யாளியின் உருவமாகவும், மறுபாதி இரண்டு இறக்கைகளோடு கூடிய பிரும்மாண்ட பறவையின் வடிவமாகவும், கூர்மையான நகங்கள், பற்கள், எட்டுக் கால்களுடன், சரபேஸ்வரராக சிவபெருமானே அப்படி அவதாரமெடுத்து வந்திருந்தார்.

உக்கிரம் தணியாத நரசிம்ம மூர்த்தியோ, இந்த சரபேஸ்வருடன் மோதவும் தயாரானார்.

சரபேஸ்வரர், சண்டையை விரும்பவில்லை. நரசிம்மரை சாந்தப்படுத்தவே முயற்சித்தார். ஆகாயத்தில் பறந்து தன்னுடைய இரண்டு இறக்கைகளையும் அசைத்து, அதிலிருந்து குளிர்ந்த காற்றை வீசச் செய்தார். இப்படியாக, நரசிம்ம மூர்த்தியின் கோபத்தைக் குறைக்கமுயன்றார்.

இன்னமும் போர்க்குணம் அகலாத நரசிம்மரோ, சரபேஸ்வரப் பறவைக்கு எதிராக, தன்னுள்ளிருந்து கண்டபேருண்டம் என்கிற பறவையைத் தோற்றுவித்து சண்டைக்கு அனுப்பி வைத்தார்.

கண்டபேருண்டமும் சரபப் பறவையும் தீவிரமாக போரிடத் தொடங்கின. இந்தப் போர் 18 நாள்கள் நீடித்தது.

சரபேஸ்வரர், போரை முடிவுக்குக் கொண்டுவரத் தீர்மானித்தார். அடுத்தகணம், சரபேஸ்வரரின் இறக்கைகளில் ஒன்றாக அமைந்திருந்த பத்ரகாளி, சிவபெருமானின் நெற்றிக்கண்ணிலிருந்து வெளிப்பட்ட நெருப்பின் உக்கிரத்தைத் தாங்கி, உக்கிர ப்ரத்யங்கிராவாக அவதாரமெடுத்து வெளிப்பட்டாள். நரசிம்

மரின் மூர்க்க குணத்தின் உருவமாக வந்த கண்டபேருண்டப் பறவையைப் பிடித்து, வாயிலிட்டு விழுங்கினாள். அதை முழுமையாக ஜீரணித்தாள்.

இந்த சமயத்தில் சரபேஸ்வரர் நரசிம்ம மூர்த்தியை நெருங்கி, அவரை தன் இரண்டு இறக்கைகளாலும் கால்களாலும் அன்போடு அணைத்துக்கொள்ள, விஷ்ணு நரசிம்மரின் உக்கிரம் மெல்லத் தணிந்து தெளிந்தது.

சினம் தணிந்து சாந்தநிலைக்கு மீண்ட விஷ்ணுநரசிம்மர், நடந்த நிகழ்ச்சிகளுக்காக மனம் வருந்தினார். சரபேஸ் வரருடன் தான் 18 நாள்கள் போரிட நேர்ந்ததற்காக, சிவபெரு மானை 18 ஸ்லோகங்களால் துதித்தார். அந்த 18 ஸ்லோகங் களில் உள்ள நாமாவளிகளே, சரபேஸ்வரரின் 108 (அஷ்டோத்திர) நாமாக்களாக விளங்குகின்றன.'

சத்யானந்த சுவாமிஜி கதை சொல்லி நிறுத்தினார்.

'இதுதாம்மா ப்ரத்யங்கிரா தேவி அவதாரமெடுத்த கதை. சரபேஸ்வரரின் இறக்கைகள் ஒன்றில் இருந்து பத்ரகாளியாக வந்து, சிவபெருமானின் நெற்றிக்கண்ணிலிருந்த நெருப்பின் உக்கிரத்தைத் தாங்கி வெளிப்பட்டதால், அவள் உக்கிர ப்ரத்யங்கிராவாகி பக்தர்களுக்கு அருள்பாலிக்கிறாள்.'

அப்போது அருண், அக்கா அனுவிடம் குனிந்து ரகசியமாக ஏதோ கேட்க, சுவாமிஜி புன்சிரிப்புடன் 'என்னப்பா, ஏதாவது சந்தேகமா? தயங்காம கேள்!' என்றார்.

'சிவனும் விஷ்ணுவும் சண்டை போட்டதிலே, சிவன்தானே ஜெயிச்சார்? அப்ப அவர்தான் உயர்ந்தவரான்னு கேட்கறான் சுவாமி!' என்றாள் அனு.

'அருண்! முதல்லே நாம ஒண்ணைப் புரிஞ்சுக்கணும். தெய்வம் எல்லாமே பிரும்மத்தின் அம்சம்தான். இதிலே சின்னவர் பெரியவர், உயர்ந்தவர் தாழ்ந்தவர் இதுக்கெல்லாம் இடமே இல்லை. கடவுள்களுக்குள்ளே பிரிவினை பேசுகிற மனிதர்

களுக்காகவே, தெய்வங்கள் பாடம் சொன்ன கதைதாம்ப்பா இது!

சரபேஸ்வரரால நரசிம்மமூர்த்தி சாந்தமடைஞ்சதும், கடைசியா அவரும் சரபேஸ்வரரும் தேவர்களைப் பார்த்து சொன்னாங்க. 'நீரும் நீரும், பாலும் பாலும், நெய்யும் நெய்யும் எப்படிப் பிரிக்க முடியாதபடி இருக்கிறதோ, அப்படியேதான் நாங்களும் இருக்கிறோம். நாங்கள் இருவரும் ஒருவரே. இரண்யனை அழிப்பதற்காக நரசிம்மரும், அவரின் கோபத் தைத் தணிப்பதற்காக நானும் தோன்றினோம். எப்போதும் ஹரியும் சிவனும் ஒருவரே!'ன்னு தெள்ளத்தெளிவாக விளக்கினாங்க.

ஒரு சக்தி கட்டுக்கடங்காமல் போய் விபரீதம் ஏற்படும்போது, உலக நன்மைக்காக மற்றொரு சக்தி அதைக் கட்டுப்படுத்த வேண்டியது அவசியமாகிறது. இன்னொன்று. உலகத்திலே யாராவது ஒருவர், மற்றவருக்குத் தீங்கிழைத்தாலோ தொந் தரவு செய்தாலோ, அவரை அடக்க, அதைவிட பலசாலியா னவர் வந்தே தீருவார். இதைத்தான் இதிலிருந்து புரிஞ்சுக் கணும். இதுதான் சரபேஸ்வர தத்துவம்.

இது எல்லாமே, தெய்வங்கள் நமக்காகப் போடற நாடகங் கள்தாம்ப்பா. இதை வலியுறுத்தத்தான், காசியில சிவபெரு மான் ராம நாமத்தை ஜெபிக்கிறார். அந்த ராமபிரானோ, ராமேஸ்வரத்தில் சிவபெருமானை வழிபடறார். புரியுதா?'

'ம். புரியுது சுவாமி!' - தலையாட்டினான் அருண்.

'சுவாமி! சரபேஸ்வரரோட இரண்டு இறக்கைகளில் ஒண்ணிலிருந்து ப்ரத்யங்கிரா தேவி வந்தாங்க. அப்ப இன் னொரு இறக்கையில யாரு சுவாமி?' - அனு கேட்டாள்.

'அற்புதம்மா, அற்புதம்! ரொம்ப கவனமா கதையைக் கேட் டிருக்கே. அந்த மற்றொரு இறக்கையிலிருந்து தோன்றியவள் சூலினி துர்க்கா. சரப சக்திகளில் முதல் இடத்தை ப்ரத்யங் கிராவுக்குக் கொடுத்துட்டு, அடுத்த இடத்தில் இருப்பவள்

இவள். இவங்க இரண்டு பேருமே, சரபேஸ்வரராகிய ஸ்ரீபைரவரின் துணைவிகள். ப்ரத்யங்கிரா - காளியின் வடிவம்னா, சூலினி - துர்க்கையின் வடிவம்.'

'சுவாமிஜி! ஸ்ரீபைரவர் யாரு?' - தயங்கியபடி கேட்டாள் மீனாட்சி.

'சிவன்தாம்மா ஸ்ரீபைரவர். சரபர், பைரவர் எல்லாருமே சிவ அம்சம்தான். அந்தகன் என்கிற அரக்கன் தேவர்களைத் துன்புறுத்தியபோது, அந்த அசுரனை சம்ஹாரம் பண்ண சிவபெருமான் எடுத்த அவதாரம் அது. அப்போதும், அந்த பைரவருக்குத் துணையாக இருந்தவள் ப்ரத்யங்கிரா தேவி தான். அது மட்டுமா! மது - கைடப அரக்கர்களை அழிக்க, விஷ்ணுவுக்குத் துணை நின்றவளும் இவள்தான். அரக்கன் தாருகனை வதைத்த பத்ரகாளியும் இவள்தான். எப்படின்னு தெரிஞ்சுக்க ஆசையிருக்கா அருண்?' - ஜாலியாகக் கேட்டார் சத்யானந்தா.

'அடடா! ப்ரத்யங்கிரா தேவியோட பெருமையைப் பத்தி கேட்கறதே புண்ணியம்தானே! எங்க எல்லாருக்குமே தெரிஞ் சுக்க ஆசையிருக்கு சுவாமிஜி. தயவுசெஞ்சு சொல்லுங்க!' - அவசரமாகச் சொன்னார் சுந்தரேசன்.

'சரி, ஒவ்வொரு கதையா சொல்றேன். முதல்ல அந்தகன் வதம்!' என்றபடி, கதை சொல்லத் தொடங்கினார் சத்யானந்தா.

4. அந்தரத்தில் தோங்கிய அந்தகன்

'தேவலோகத்தில், ஆண்கள் எல்லோருமே பெண் வேடத்தில் தான் எல்லா திசைகளிலும் திரிந்துகொண்டிருந்தார்கள்!

எல்லோரும் என்றால் எல்லோரும்தான். பிரம்மா, விஷ்ணு, இந்திரன் உட்பட தேவாதிதேவர்கள் அத்தனை பேருமே தங்களின் ஆண்தன்மையை விட்டுவிட்டு பெண்களின் உடை அணிந்து, பெண்களுக்கான ஆபரணங்கள் பூண்டு, பெண் களைப் போலப் பேசிக்கொண்டு அலைந்துகொண்டிருந்தார் கள்.

வானவர்களுக்கு, இப்படி ஒரு கேவலமான நிலை ஏற் பட்டிருக்கக் கூடாதுதான். பாவம்! என்ன செய்வது? விதியின் விளையாட்டுக்கு யார்தான் தப்பமுடியும்?

ஏன் இந்த அவலநிலை? ஏதாவது சாபமா? இல்லை, இல்லவே இல்லை! அந்தகன் என்ற அசுரனால் வந்த வினை

இது! அவனுக்குப் பயந்துதான் இப்படி அலைந்துகொண்டிருந்தார்கள் தேவர்கள்.

அந்தகன் மிகக் கடுமையாகத் தவம் செய்து பிரம்மாவிடம் ஏராளமான வரங்கள் பெற்று, அதன் பலத்தினால் மூன்று உலகங்களையும் வென்று தன்வசப்படுத்திக்கொண்டான். இந்திரன், விஷ்ணு அனைவருமே அவனிடம் தோற்றுப் போனார்கள். ஓடி ஒளிந்தார்கள். ஆனாலும், அந்தகன் விடுவதாக இல்லை. பெண்களை மட்டும் விட்டுவிட்டு, மற்ற கண்ணில் பட்ட ஆண்களையெல்லாம் பிடித்து சித்ரவதை செய்து சிறையில் அடைப்பதையே வேலையாகக் கொண்டிருந்தான்.

அவனிடம் தப்பிக்க வேறுவழி தெரியாமல்தான், தேவர்கள் இம்மாதிரி பெண்வேடமிட்டுப் பதுங்கியிருந்தனர். கடைசியில் அவன், பெண்வேடமிட்டுத் திரிந்த தேவர்களையும் விடவில்லை. தேடித்தேடிக் கண்டுபிடித்து, வதைக்கத் தொடங்கினான்.

தேவர்கள் கடைசியாக அந்த அசுரனிடமிருந்து விடுபட வழிதேடி, பரமேஸ்வரனே கதியென்று கைலாயமலைக்குச் சென்று பரமேஸ்வரனின் பாதங்களைச் சரணடைந்தார்கள். அந்தகனால் தாங்கள் படும் துன்பங்களைச் சொல்லிக் கதறினார்கள். அந்தகனின் கொடுமையிலிருந்து தங்களை விடுவிக்குமாறு வேண்டினார்கள்.

கருணைக்கடலான சிவபெருமான், தேவர்களின் கஷ்டங்களைப் போக்க மனம் இரங்கினார். அடைக்கலம் கேட்டுவந்த தேவர்கள் மற்றும் ரிஷிகளைக் காப்பாற்றுவதற்காக, அந்தகனை வதம் செய்ய, தன்னுடைய அம்சமான ஸ்ரீபைரவ மூர்த்தியை அனுப்பிவைத்தார்.

ருத்ர கணங்களை அழைத்துக்கொண்டு புறப்பட்டார் பைரவ மூர்த்தி. அப்போது அவருக்குத் துணைபுரிவதற்காக, ப்ரத்யங்கிரா தேவி, பைரவரின் சூலமாக அவருடைய கையில்

தானே ஆயுதமாகி நின்றாள். அந்தகனின் அசுரப்படை களுக்கும் பைரவரின் ருத்ர கணங்களுக்கும், பயங்கர போர் மூண்டது. ருத்ர கணங்கள் நொடியில் அசுரப்படைகளைக் கொன்று குவித்தனர். ஆனால்... ஆனால்...

எத்தனைதான் அழித்தாலும், அசுரர்கள் மீண்டும் மீண்டும் உயிர்பெற்று எழுந்து வந்தனர். காரணம், சுக்ராச்சாரியார்!

அசுரர்குல குருவான சுக்ராச்சாரியார், யுத்தத்தில் இறந்த அசுரர்களை தன் சஞ்சீவினி மந்திரத்தின் மூலமாக உடனுக் குடன் உயிர்ப்பித்து, அவர்களை போருக்கு அனுப்பிக் கொண்டேயிருந்தார். இதைக் கண்ட பைரவர், உக்கிரமூர்த்தி யானார். கோபத்துடன் சுக்ராச்சாரியாரைப் பிடித்து அப் படியே விழுங்கிவிட்டார். அதன்பிறகு ருத்ர கணங்கள் அசுரர் களை வெட்டி வீழ்த்த, ப்ரத்யங்கிரா தேவியே ஆயுதமாக நின்ற சூலாயுதத்தால், பைரவர், அந்தகனைக் குத்தி எடுத் தார். அப்படியே அவனை, கைலாயமலைக்குத் தூக்கிச் சென்றார்.

சூலத்தின் முனையில் குத்தப்பட்டு அந்தரத்தில் தொங்கிக் கொண்டிருந்த அந்தகன்மீது, சிவபெருமானின் பார்வை பட்டது. அதனாலேயே அந்தகனின் பாவங்கள் நிர்மூலமா கின. மனம் பவித்ரமாகி, சூலத்தின் முனையில் தொங்கிய நிலையிலேயே சிவபெருமானை வணங்கித் தொழுதான் அவன். சிவபெருமான் மகிழ்ச்சியடைந்து, அந்தகனுக்கு நித்ய கருணாதிபத்யத் தன்மையை வரமளித்தார். பைரவரும், தான் விழுங்கிய சுக்ராச்சாரியாரை தன் வயிற்றுக்குள்ளிருந்து வெளியே விட்டார். சுக்ராச்சாரியாரும், மகாதேவனை பாதம் பணிந்து வணங்கினார். அத்துடன் ஒருவழியாக, அந்தகன் தொல்லையிலிருந்து விடுபட்டனர் தேவர்கள்.

இதுதான் கடவுளோட அருள். மகாபாவியான அந்தகனும், தன்னோட இறுதிக்காலத்தில் மனம் திருந்தி பரமேஸ்வரனை வணங்கியதால், தேவர்களுக்கும் கிடைக்காத மோக்ஷம்

அவனுக்குக் கிடைத்தது!' என்ற சத்யானந்தா, தொடர்ந்து சொன்னார்:

'அந்தகனை அழித்த பைரவருக்கு - சம்ஹார பைரவர், உன்மத்த பைரவர், குரு பைரவர், சண்ட பைரவர், க்ரோதன பைரவர், கபால பைரவர், பிக்ஷண பைரவர் என்று பல பெயர்கள் உண்டு.

இந்த பைரவர்கள் அனைவருமே ப்ரத்யங்கிரா தேவியைப் பூஜித்ததால், இவள் 'மஹா பைரவ பூஜிதா' என்றும் அழைக்கப்படுகிறாள். அத்துடன் பைரவர் பத்தினியாக விளங்குவதால், இவளுக்கு 'பைரவ பத்தினி' என்றும் பெயருண்டு. மகா மாயையாகவும் இருப்பவள் இவள். மகாவிஷ்ணுவுக்கு உதவியாக மது - கைடபர்கள் என்ற அரக்கர்களை அழிக்க மாயையாக துணையிருந்தவள். அது எப்படின்னா...'

மது - கைடபர்கள் வதம் பற்றி, சொல்லத் தொடங்கினார் சுவாமிஜி.

5. மது - கைடபர்களின் மடபுத்தி

'எப்போதுமே தேவர்கள்தான் அரக்கர்களுக்கு வரம் கொடுத்துவிட்டு சிக்கலில் மாட்டிக்கொள்வார்கள்!

ஆனால், தாங்கள் வரம் கொடுப்பதாக ஆணவத்துடன் சொல்லிவிட்டு, அகப்பட்டுக் கொண்டார்கள் மது - கைடபர்கள்.

யார் இந்த மது - கைடபர்கள்?

அது ஒரு பிரளயகாலம். பூமி முழுவதுமே சமுத்திரமாகக் காட்சியளித்தது. மகாவிஷ்ணு, ஆதிசேஷனாகிய பாம்புப் படுக்கையின்மேல் படுத்து சுகமாகத் தூங்கிக்கொண் டிருந்தார். அதாவது, யோகநித்திரையில் இருந்தார்.

அப்போது அவருடைய காதுகளிலிருந்து வெளிப்பட்ட அழுக்கிலிருந்து, இரண்டு அரக்கர்கள் தோன்றினார்கள். அவர்கள்தான் மது - கைடபர்கள்.

எங்கு பார்த்தாலும் ஒரே தண்ணீர்மயமாகத் தென்பட, அவர்களுக்கு ஒன்றும் புரியவில்லை. தாங்கள் யார்? எப்படி உண்டானோம்? இந்தத் தண்ணீரில் மூழ்கிப்போகாமல், தங்களைக் காக்கும் சக்தி எதுவென்று தெரியாமல் திகைத்தார்கள்.

அந்த சமயத்தில், ஆகாயத்திலிருந்து 'ஐம்' என்கிற ஒலி அவர்களுக்குக் கேட்டது. இது அம்பிகையின் 'பீஜாக்ஷரம்' என்பது தெரியாமலே, மது - கைடபர்கள் அந்த ஒலியையே தொடர்ந்து ஜபிக்கத் தொடங்கினார்கள். அவர்களின் கடுமையான தவத்தின் காரணமாக, ஜகதாம்பிகையே அவர்களின் எதிரில் பிரசன்னமானாள்.

மது - கைடபர்கள் பரவசமாகி வணங்கி நின்றனர்.

'மது - கைடபர்களே! உங்களுக்கு என்ன வரம் வேண்டும்?' - கேட்டாள் அன்னை.

'தாயே! நாங்கள் விரும்பும்போது மட்டுமே எங்களுக்கு மரணம் வரவேண்டும்!'

மது - கைடபர்கள் ஆசைப்படியே அவர்களுக்கு வரம் அளித்து, அளவற்ற வலிமையையும் கொடுத்து மறைந்தாள் மகாசக்தி.

அப்புறம் என்ன? வரம் பெற்ற கையோடு ஆணவமும் தலைக்கேறி, அகங்காரத்துடன் திரிந்தார்கள் மது - கைடபர்கள். ஓரிடத்தில் தாமரைப் பூவின்மீது பிரம்மன் அமர்ந்திருப்பதைப் பார்த்தனர்.

தாங்கள் கடல்நீரில் தத்தளித்துக்கொண்டிருக்கும்போது, பிரம்மன் மட்டும் சொகுசாக தாமரை மலரில் அமர்ந்திருப்பது அவர்களுக்கு ஆத்திரத்தை மூட்டியது. இருவரும் பிரம்மனைப் பார்த்து, 'ஏய்! யார் நீ? எங்களுடன் போருக்கு வா! இல்லையென்றால் இந்த மலரைவிட்டு ஓடிவிடு!' என்று சண்டைக்கு அழைத்தனர்.

மது - கைடபர்கள் மகாசக்தியிடம் வரம் பெற்றவர்கள் என்பதை அறிந்த பிரம்மன், அவர்களுடன் போரிடத் துணி

வாரா என்ன? மது - கைடபர்களுக்கு பயந்து, பகவான் விஷ்ணுவிடம் ஓடினார் அவர்.

விஷ்ணு அங்கே ஆனந்தமாகத் தூங்கிக்கொண்டிருந்தார். பிரம்மனால் எத்தனை முயற்சி செய்தும் அவரை எழுப்ப முடியவில்லை. என்ன செய்வதென்று யோசித்து, மாயாசக்தி யான நித்ராதேவியைத் தியானித்தார். 'அன்னையே! விஷ்ணுவை, தூக்கத்திலிருந்து விழிக்கச் செய். இந்த மது - கைடப அரக்கர்களிடமிருந்து என்னைக் காப்பாற்று!' என்று வேண்டினார்.

நித்ராதேவி பிரம்மனின் வேண்டுதலுக்கு அருள் செய்து, விஷ்ணுவிடமிருந்து விலகினாள். விஷ்ணு, உறக்கத்திலிருந்து விழித்தார். அதேநேரம் பிரம்மனைத் தேடிக்கொண்டு அங்கு வந்த மது - கைடபர்கள் விஷ்ணுவைக் கண்டு வியந்தனர்.

'நீ யாராயிருந்தாலும் சரி. வா, எங்களோடு வந்து போரிடு. இல்லையென்றால் எங்களுக்கு அடிமை என ஒப்புக்கொண்டு சேவை செய்!' என்று சவால் விட்டனர்.

மகாவிஷ்ணு மது - கைடபர்களுடன் போருக்குப் புறப் பட்டார்.

மகாவிஷ்ணுவுடன் மது - கைடபர்கள் மாறி மாறி போர் புரிந்தனர். இந்தப் போர், ஐயாயிரம் ஆண்டுகளுக்கு தொடர்ந்து நடந்தது.

இன்னும் எத்தனை ஆண்டுகள் நடந்தால்தான் என்ன! மது - கைடபர்களுக்கு, அவர்கள் விரும்பினால்தானே மரணம் வரும்! அப்படியிருக்கும்போது, விஷ்ணுவால் அவர்களை எப்படிக் கொல்லமுடியும்? விஷ்ணு திகைத்தார், யோசித்தார்.

தேவி மகாமாயையைச் சரணடைவதே நல்லது என்று, மஹா காளியாகிய ப்ரத்யங்கிராவைத் துதித்தார்.

நேரில் வந்து நின்றாள் தேவி. 'சொல்லுங்கள்! நான் என்ன செய்யவேண்டும்?'

'இந்த அசுரர்களை அழிக்க, ஓர் உபாயம் சொல் தேவி!' - கேட்டார் விஷ்ணு.

'திருமாலே! கலங்க வேண்டாம். தொடர்ந்து போர் செய்யுங்கள். வெற்றிக்கு, நான் வழிவகுக்கிறேன்!' - தைரியம் தந்தாள் தேவி.

அதன்படியே விஷ்ணு, மது - கைடபர்களுடன் தொடர்ந்து போர் செய்தார். இருந்தும் அவருக்கு, இடையில் சற்று சோர்வு தட்டியது. இதைப் புரிந்துகொண்ட ப்ரத்யங்கிரா, மது - கைடபர்கள் காணுமாறு மிக அழகிய வடிவம் எடுத்து, மயக்கும் மோகனப் புன்னகையுடன் பார்வையால் அவர்களை வசீகரித்தாள்.

மது - கைடபர்கள், தேவியைக் கண்டு மாயையில் வீழ்ந்தனர். அவள்மீது மோகம் கொண்டு, போர்புரிய மறந்து மயங்கி நின்றனர். உடனே திருமால் தந்திரமாக, 'மது - கைடபர்களே! ஏன் தயங்கி நிற்கிறீர்கள்? தொடர்ந்து போரிட முடியவில்லையா? பரவாயில்லை. உங்கள் வீரத்தை மெச்சுகிறேன். உங்களுக்கு வேண்டிய வரத்தைத் தருகிறேன். என்ன வேண்டும். கேளுங்கள்!' என்றார்.

ஓர் அழகான பெண்ணின் எதிரில் திருமால் இப்படிக் கேட்டது தங்கள் வீரத்தை அவமதிப்பதாக நினைத்த மது - கைடபர்கள், ஆணவத்தால் விஷ்ணுவிடம் 'ஏய் விஷ்ணு! உன்னிடம் யாசிக்குமளவுக்கு நாங்கள் ஒன்றும் சாதாரணமானவர்களில்லை. வேண்டுமானால், உனக்கு என்ன வேண்டும் என்று எங்களிடம் வரம் கேள். அதை நாங்கள் உனக்கு வழங்குகிறோம்!' - அகந்தையுடன் சொன்னார்கள்.

விஷ்ணு இதைத்தானே எதிர்பார்த்தார். அவருக்குக் காரியம் சுலபமாகிவிட்டது.

'சரி, மது - கைடபர்களே! அப்படியே ஆகட்டும். நான் உங்களிடம் கேட்கும் வரம் ஒன்றுதான். நீங்கள் இருவரும், என் கையினால் சாக வேண்டும்!'

மது - கைடபர்கள், தாங்கள் ஏமாற்றப்பட்டதை உணர்ந்து பதறினார்கள். தப்பிக்க வழி தேடி ஓர் உபாயம் கண்டுபிடித்தார்கள். உலகம் முழுவதுமே நீரால் சூழப்பட்டிருப்பதையும், நீர் இல்லாத இடமே எங்கும் இல்லாததையும் கண்டு விஷ்ணு விடம், 'சரி. நீர் அப்படி எங்களைக் கொல்வதானால், நீரே இல்லாத இடத்தில் வைத்துத்தான் கொல்லவேண்டும்!' என்று கேட்டுக்கொண்டனர்.

திருமால் அவர்களின் தந்திரத்தை உணர்ந்து, சிரித்தபடியே விஸ்வரூப தரிசனம் எடுத்து தன் தொடைகளின்மீதே அவர்கள் இருவரையும் வைத்து, சக்ராயுதத்தினால் கொன்றார்.

இந்த விதமாக மது - கைடபர்களின் புத்தியில் புகுந்து, அவர்களுக்கு அகம்பாவத்தை ஏற்படுத்தி அழிவுக்கு வழிகாட்டியவள் நமது ப்ரத்யங்கிரா தேவி!

பெரிய பெரிய மகான்கள் எல்லோருமே இந்தக் காளியை உபாசித்தவர்கள்தான். மனத்தின் மாயையை வெல்லவும் மோக்ஷம் அடைவதற்கான தகுதியை வளர்த்துக்கொள்ளவும் இவளைத்தான் பூஜிக்கவேணும்.

புராணத்திலே - அனுமான், பிரகலாதன், பலிச் சக்ரவர்த்தி, ராமர், பரதன், கார்த்தவீரியன், ராவணன் - இவங்க எல்லாரும் கூட ப்ரத்யங்கிராவை வழிபட்ட வங்கதான்!' - கூறி முடித்தார் சுவாமிஜி.

'ராவணன் கூடவா?!' - ஆச்சரியமாகக் கேட்டான் அருண்.

'ஆமாப்பா! இதனாலதான், ப்ரத்யங்கிராவோட மகிமை தெரிஞ்சு அவளை மகிழ்விக்க ஒரு யாகம் நடத்தத் தீர்மானிச்சான் இந்திரஜித். இவன் ராவணனோட மகன். ராம - லட்சுமணரை ஜெயிக்கறதுக்காக, நிகும்பலை என்கிற இடத்தில், மயானத்தில் பூஜையை ஆரம்பிச்சு யாகம் செய்யத் தொடங்கினான்.

இதைக் கேள்விப்பட்ட விபீஷணன் பதறிப்போய், ராமர் இருக்கிற இடத்துக்கு வந்து இந்தத் தகவலைச் சொல்றான். அப்ப ஜாம்பவான் சொல்றாரு. 'இந்த நிகும்பலை யாகம் மட்டும் நிறைவேறிட்டா, இந்திரஜித்தை யாராலேயும் வெல்ல முடியாது. ப்ரத்யங்கிரா கொடுக்கிற சக்தி, அவ்வளவு மகத்தானது. அதனால, எப்படியும் இந்த யாகத்தை தடுத்தே தீரணுங்கறாரு. இதுக்குப் பிறகுதான், அனுமனும் லட்சுமணனும் போய் நிகும்பலை யாகம் முழுமையடையாதபடி கலைச்சிடறாங்க. இதனாலதான், போரில் ராவணனைக் கொன்னு சீதையைக் காப்பாத்திக்கிட்டு வர முடிஞ்சுது.

ப்ரத்யங்கிராவை 'நிஷ்க்ரோதா'ன்னு சொல்வாங்க. அதாவது, இவளுக்கு சத்ருக்கள் யாரும் இல்லாததாலே கோபம் ஏற்படவே காரணமில்லைன்னு அர்த்தம். கோபமில்லாதவள். ஆனாலும், 'குரோத சம்பவாயா'ன்னு சொல்லப்படுபவள். எதனாலே? தட்சனோட யாகத்தை அழிக்க சிவபெருமான் அனுப்பிய வீரபத்திரருக்கு, துணையாக இருந்து உதவியவள் ப்ரத்யங்கிரா. பார்வதிதேவியாகிய தாட்சாயணியின் கோபமே, இந்தக் காளி அவதாரத்துக்குக் காரணம். குரோதத்திலிருந்து தோன்றியவளாதலால், இவள் 'குரோத சம்பவாயா!' மற்றவர்களின் குரோதத்தை, தானே முன் நின்று தீர்ப்பவள்.

சரபேஸ்வரர் அவதாரத்தின் போது, அவரோட இன்னொரு இறக்கையிலிருந்து வெளிப்பட்டவள் சூலினி துர்க்கைன்னு சொன்னேன் இல்லையா? அவள்தான் பின்னாளில், தட்சனின் மகளான தாட்சாயணியாக அவதரித்தாள். இவளுக்கு நேர்ந்த அவமானத்துக்காகப் பழி தீர்த்தவள் ப்ரத்யங்கிரா தேவி.'

'தட்சன் யாரு சுவாமிஜி?' - இது அருண்.

'ஓ! தட்சன் கதை தெரியாதா உனக்கு? சொல்றேன், கேட்டுக்கோ!'

6. தலை கிள்ளப்பட்ட தட்சன்

'தாட்சாயணிக்கு, மிக அவமானமாக இருந்தது. அழுகை புரண்டது. அதுவே பெரும் கோபமாக மாறியது!

ஆமாம்! கணவனை கேவலப்படுத்திப் பேசினால், எந்த மனைவிக்குத்தான் அழுகையும் ஆத்திரமும் வராது?

இதற்கும் மேலாக, அப்படிப் பேசியவர் பெற்ற தந்தையே எனும்போது கோபம் வராமல் எப்படி?

கொந்தளித்துப்போனாள் தாட்சாயணி. காரணம் இதுதான் -

தாட்சாயணியின் தந்தை தட்சன், ஒரு யாகம் தொடங்கி இருந்தான். பிரம்மா, விஷ்ணு, இந்திரன் என எல்லோருக்கும் அழைப்பு விடுத்து அவர்களுக்கு அவிர்பாகமும் தர, தயாரா யிருந்தான். ஆனால், மாப்பிள்ளையாகிய சிவனுக்கு மட்டும் அழைப்பு இல்லை.

அவிர்பாகம் தர அவன் விரும்பவுமில்லை.

தட்சனை மதித்து வணங்காமல், அனுமதி பெறாமல், அவன் மகளான தாட்சாயணியை சிவபெருமான் தூக்கிப்போய் திரு மணம் செய்துகொண்டுவிட்டார் என்கிற கோபத்தைத்தான், அவன் இப்போது இப்படி பழி தீர்த்துக்கொள்ள முனைந் திருந்தான்.

தேவர்கள், ரிஷிகள், முனிவர்கள் அனைவரும் அவனுக்கு எவ்வளவோ புத்திமதி சொல்லிப் பார்த்தனர். ஆனால், அவன் யார் சொல்வதையும் கேட்கத் தயாராயில்லை.

தட்சன் நடத்தப் போகும் யாகத்தைப் பற்றிக் கேள்விப்பட்ட தாட்சாயணி மனம் வருந்தினாள். சிவபெருமான் தடுத்தும் கேளாமல், தானே நேரில் வந்து தந்தையைப் பார்த்தாள். அவர் செய்வது நியாயமில்லையென்று சொல்லி, தன் கணவருக்கு உரிய அவிர்பாகத்தைத் தந்து மரியாதை அளிக்குமாறு கெஞ்சிக் கேட்டாள்.

அப்போதும் தட்சன், சிவபெருமானை நிந்தனை செய்தான்.

'தாட்சாயணி! குலம் கோத்திரம் தெரியாதவன் உன் கணவன். எலும்புகளை மாலையாகப் போட்டுக்கொண்டு, மயானத்தில் கிடந்து, பிணத்தின் சாம்பலை அள்ளிப் பூசிக்கொள்ளும் பித்தன். அந்த ஊர் பெயர் தெரியாதவனின் மனைவியாக இருப்பதால், உனக்கும் என்னுடைய யாகத்தைப் பார்க்கவும் கலந்துகொள்ளவும் அருகதை கிடையாது. மரியாதையாகப் போய்விடு!' என்று மனம் வேதனைப்படுமளவுக்குப் பேசினான்.

தாட்சாயணி வெகுண்டாள். 'தட்சனே! அகங்காரத்தால் அறிவிழந்தவனே! உன் முடிவுகாலம் நெருங்கிவிட்டது. உன் யாகத்தை அழிக்க, சிவன் இட்ட உத்தரவின்படி வீரபத்திரர் வந்துகொண்டிருக்கிறார். அதற்கு முன், உன்னைத் திருத்தி நல்வழிப்படுத்திவிடலாம் என்றுதான் வந்தேன். ஆனால், நீயோ என்னை வேதனைப்படுத்தி உன் அழிவுக்கு வழி தேடிக்கொண்டாய்!' என சீறிச் சினந்தாள்.

தாட்சாயணி குமுறும் எரிமலையாக நின்ற தருணம், வீர பத்திரர் படைகளுடன் வந்து சேர்ந்தார். தாட்சாயணியைப் பணிந்தார்.

'தேவி! சிவபெருமான், யாகத்தை அழிக்க ஆணையிட்டு விட்டார். தாங்களும் ஆசி வழங்குங்கள் தாயே!' என்று வணங்கினார்.

அப்போது தாட்சாயணியின் கோபாவேசத்திலிருந்து அதி பயங்கரமான தோற்றத்துடன் வெளிப்பட்டாள், பத்ரகாளியாகிய ப்ரத்யங்கிரா தேவி.

'காளி! வீரபத்திரனுக்குத் துணையாக நின்று, இந்த யாகத்தைச் சிதறடித்துவிடு. ருத்ரமூர்த்தியான பரமேஸ்வரனுக்கு உரிய மரியாதை தரத்தெரியாதவர்களை, உருத்தெரியாமல் நசுக்கி விடு!' - ஆணையிட்டாள் தாட்சாயணி.

பிறகு என்ன? காளியும் வீரபத்திரருமாக யாகத்தைச் சிதற டித்து, யாகத்தில் கலந்துகொள்ள வந்திருந்தவர்களை ஓட ஓட விரட்டினார்கள். முடிவில் வீரபத்திரர், தட்சனின் தலையை கிள்ளிக் கொன்றார்.

அகங்காரம் கொண்ட தட்சனின் வதம் இப்படியாக நிகழ்ந்தது!' என்ற சுவாமி சத்யானந்தா, மேலும் தொடர்ந்தார் :

'தாட்சாயணியின் கோபத்திலிருந்து வெளிப்பட்ட ப்ரத்யங் கிரா, ஆயிரம் தலைகளோடு இரண்டாயிரம் கைகளோடு எல்லோரையும் கலவரப்படுத்தும் தோற்றத்தோடு காணப் பட்டாள். யாகத்தை நிர்மூலமாக்க, தனக்குத் துணையாக மேலும் எட்டு காளிகளை தோற்றுவித்துக்கொண்டாள்.

காளி, காத்யாயனி, சாந்தா, சாமுண்டா, முண்டமர்த்தினி, பத்ர, த்வரிதா, வைஷ்ணவி. பத்ரகாளியையும் சேர்த்து ஒன்பது பேர். இவர்களே நவகாளிகள். நவதுர்க்கைகளைப் போலவே, இந்த நவகாளிகளும்கூட பிரசித்தமானவர்களே! பொறுமைசாலி

களான பெண்கள் கோபம் கொண்டுவிட்டால் என்னாகும் என்பதுதான், தட்சனின் கதி நமக்குச் சொல்லும் பாடம்.

எப்போதும், பெண்கள்தான் முதன்மையானவர்கள். அதை வலியுறுத்தத்தான், சிவன் தன் உடலில் பாதியை பார்வதிக்குத் தந்து அர்த்தநாரீஸ்வரராக இருக்கிறார். மகாவிஷ்ணுவோ, லக்ஷ்மியை தன் நெஞ்சில் சுமக்கிறார்.

இது புரியாமல் பெண் இனத்தையே அலட்சியம் செய்தான் தாருகன் என்ற அரக்கன்.

அந்த அலட்சியத்தாலேயே செத்தும் போனான். அவனது அழிவும், நம் ப்ரத்யங்கிராவின் மகிமையைச் சொல்லும் கதைதான். கேளுங்க!'

7. முச்சூலத்தால் முடிந்த தாருகன்

'பிரம்மலோகம், இந்திரலோகம் எல்லாமே அனல்போல் கொதித்து அவஸ்தைப்படுத்தியது. வெப்பம் தாங்கமுடிய வில்லை.

தேவர்கள் துன்பம் தாங்காமல் ஓடிவந்தனர்.

'பிரம்மதேவா! என்ன இது, உடலெல்லாம் தகிக்கிறது? அக்னிபகவானே அவஸ்தைப்படுகிறாரே! நாமெல்லாம் எம்மாத்திரம்? இதற்கு என்ன காரணம்?'

'தேவர்களே! பூலோகத்தில் தாருமதி என்கிற அசுரப் பெண்ணுக்கு மகனாகப் பிறந்த தாருகன் என்கிற அரக்கன், நம்மை நோக்கி மிகக் கடுமையாக உக்ரதவம் செய்கிறான். அதன் காரணமாகவே, தாருகனின் தவநெருப்பு நம்மைச் சுட்டுப் பொசுக்குகிறது!' என்றார் பிரம்மதேவன்.

'இப்போது என்ன செய்வது பிரம்மதேவரே?'

'வேறென்ன செய்யமுடியும்? வரம் கொடுத்துத் தொலைக்க வேண்டியதுதான்!'

'அதைப் பெற்றுக்கொண்டு நம்மைத்தானே தாக்க வருவார்கள்? அதுதானே அசுரர்களின் புத்தி!'

'ம்! விதியின் செயலை யாரால் தடுக்கமுடியும்? சரி, நான் பூலோகத்துக்குச் செல்கிறேன்.'

தாருகனுக்கு தரிசனம் தர, புறப்பட்டார் பிரம்மா.

பெரும் தீ வளர்த்து, நடுவே ஒற்றைக்காலில் நின்று தவம் செய்து கொண்டிருந்தான் தாருகன். இதுவரையிலும் பிரம்ம தேவன் காட்சி தராததால், தன்னுடைய அங்கங்களையே ஒவ் வொன்றாக யாகத் தீயில் வெட்டிப்போடத் தீர்மானித்தான். அதைச் செயல்படுத்தத் தீர்மானித்தபோது, அவன் எதிரில் தோன்றினார் பிரம்மதேவன்.

'தாருகா! அவசரப்படாதே, நில்! இதோ வந்துவிட்டேன். உனக்கு என்ன வரம் வேண்டும்? கேள்!' என்றார்.

'பிரம்மதேவருக்கு என் வணக்கம். எனக்கு சாகா வரம் வேண்டும். அதை மட்டும் அளியுங்கள் போதும்!'

'தாருகா! அந்த வரம் மட்டும், என்னால் அளிக்கமுடியாது. இதைத் தவிர வேறு வரம் கேள்!'

'சரி. அப்படியானால், எனக்கு எந்த மிருகங்களாலும் பிராணிகளாலும் புழு பூச்சிகளாலும் தேவர்களாலும் எந்த வீரனாலும் கோழைகளாலும் அழிவு வரக் கூடாது. அத்துடன் எனக்கு, எல்லையில்லாத வலிமையும் தாங்கள் வைத்திருக் கும் சக்தி வாய்ந்த தண்டமும் வேண்டும். ம். அப்புறம் முக்கிய மாக ஒன்று! எந்தப் போரானாலும் சரி. நான் காயமடைந்து ரத்தம் சிந்தினால், அந்த ரத்தத்துளிகள் ஒவ்வொன்றிலிருந்தும் ஒவ்வொரு தாருகன் உயிர்பெற்று எழுந்திருக்க வேண்டும். வரம் அளியுங்கள் பிரம்மதேவா!'

'அப்படியே வரம் அளிக்கிறேன். இதோ என் தண்டம். பெற்றுக்கொள்!' என்றவர் மேலும் அவனிடம், எல்லா வற்றிலிருந்தும் மரணம் வராதபடி வரம் கேட்ட நீ, பெண் களால் மரணம் நேரக் கூடாது என்று ஏன் கேட்கவில்லை?' என்றார்.

'சே! என்ன கேள்வி கேட்டீர்கள்? இந்தத் தாருகன், கேவலம் பெண்களுக்குப் போய் பயப்படுவதா? அப்புறம் என் வீரம் என்னாவது! அப்படி வரம் கேட்டால், இந்த உலகம் என்னைக் கேலி செய்யாதா? அதுவும், போயும் போயும் பெண்களால் என்னை என்ன செய்துவிட முடியும் பிரம்மதேவரே? தாங்கள், என்னைக் கேலி செய்கிறீர்களா?' என்று கோபமாகக் கேட்டான்.

'சரி சரி, கோபப்படாதே! எனக்குத் தோன்றியதைக் கேட்டேன். அவ்வளவுதான். வாழ்க. நலமாயிரு!' - விடை பெற்று மறைந்தார் பிரம்மதேவர்.

தாருகன் அளவில்லாத மகிழ்ச்சி அடைந்தான். உடனடியாக தன்னுடைய அசுரர் படையைத் திரட்டினான். வானவர் உலகம் சென்று தேவர்களுடன் போரிட்டான். தாருகனின் வலி மைக்கு ஈடுகொடுக்க முடியாமல், தேவேந்திரனே ஓடி ஒளிந்து கொண்டான். தாருகனிடம் சிக்கிய தேவர்கள், சித்திரவதைப் பட்டனர். சொல்லமுடியாத அளவு துன்பம் அடைந்தனர்.

தேவர்கள் மட்டுமல்ல. ரிஷிகளும் முனிவர்களும்கூட, தாரு கனால் சிரமம் அடைந்தனர். அவர்கள் யாரும் கடவுள்களை நோக்கி தவம் செய்ய முடியாமல், யாகம் நடத்தவிடாமல் தடுத்தான் தாருகன். மீறியவர்களை, சிறையில் போட்டு சித்ரவதை செய்தான்.

மூன்று உலகங்களிலும் உள்ளவர்கள் எல்லோரும், தாருகனின் கொடுமை தாங்காமல் தவித்தனர். தங்களின் கஷ்டங்களைச் சொல்லிக் கதற, கயிலாயமலைக்குச் சென்றனர்.

அப்போது அங்கு சிவபெருமானுடன், விஷ்ணு பிரம்மாவும் இருந்தனர். தேவர்களுக்கு ஆறுதல் சொல்லி, தாருகனை எப்படி அழிப்பதென்று யோசித்தனர்.

அப்போது மகாவிஷ்ணு ஓர் உபாயம் சொன்னார்.

'தாருகன் எத்தனைதான் வரம் பெற்றாலும் அறிவற்ற சிந்தனையின் காரணமாக, பெண்களால் தனக்கு மரணம் நேரக் கூடாது என கேட்காமல் விட்டுவிட்டான். அதனால் நாம், பெண்களாலேயே அவனுக்கு மரணத்தை அளிப்போம்!' என்றார்.

'ஆமாம். இதுதான் சரியான காரியம்!' - அனைவரும் ஏற்றுக் கொண்டனர்.

அதன்படி சிவன் மகேஸ்வரியையும், விஷ்ணு வைஷ்ணவியையும், பிரம்மா பிராம்மியையும், முருகன் கௌமாரியையும், எமன் வாராஹியையும், இந்திரன் ஐந்திரியையும் என ஷட்மாதாக்களாகிய ஆறுபேரையும் படைத்து அனுப்பினார்கள்.

ஷட்மாதாக்கள் ஆறுபேரும், தாருகனுடன் உக்கிரமாகப் போரிட்டனர். அவர்களின் பாணங்களால் தாக்கப்பட்ட தாருகனின் உடலிலிருந்து ரத்தம் சிந்தச் சிந்த, அதிலிருந்து ஆயிரக்கணக்கில் தாருகன் போன்ற அசுரர்கள் உண்டானார்கள்.

ஷட்மாதாக்கள் திகைத்துப் போனார்கள். இதைப் பார்த்த தாருகன், இவர்களை உருவாக்கிய சிவன், விஷ்ணு, பிரம்மா மூவரையும் பார்த்து கேலி செய்து சிரித்தான்.

சிவன் கோபம் கொண்டார். சம்ஹார ருத்ரராக மாறி, விஸ்வரூபம் எடுத்தார். அப்போது அவருடைய நெற்றிக் கண்ணிலிருந்து, பத்ரகாளியாகிய ப்ரத்யங்கிரா பிரும்மாண்டமாகத் தோன்றினாள்.

பெரிய மலை போன்ற கருமையான உடலும், ஆயிரம் சிரங்களும் இரண்டாயிரம் கரங்களும் நெருப்பைக் கக்கும் கோபவிழிகளுமாக, பயப்படுத்தும் சிரிப்போடு நின்றாள் அவள்.

அவளுடைய இந்த உருவத்தைப் பார்த்து, பார்வதிதேவியே கலங்கிப்போனாள். அவள் பத்ரகாளியிடம், 'காளி! இந்த பயங்கரமான உருவத்தைவிட்டு உன் சுய உருவத்துக்கு வந்துவிடு!' என்றாள்.

காளியும் சுயஉருவத்துக்கு வந்து, அலங்காரபூஷிதையாகக் காட்சியளித்தாள். மகிழ்ந்துபோன பார்வதிதேவி, 'காளி! இந்த ஆறுமாதாக்களுக்கும் நீயே முதல்வியாக இரு. உன்னைச் சேர்த்து, மாதாக்கள் எழுவராகட்டும். போ! போய் தாருகனை அழித்துவிட்டு வா!' என்று ஆசி வழங்கினாள்.

மீண்டும் போர்! தாருகனுடன் ஏழு மாதாக்களும் போர்புரிய, பத்ரகாளியாகிய ப்ரத்யங்கிரா காளியிடம் பார்வதி சொன்னாள்:

'காளி! தாருகன் உடலிலிருந்து வழியும் ரத்தம் ஒரு சொட்டு கூட கீழே சிந்தாமல், நீ உறிஞ்சிக் குடித்துவிடு. அவனை நான் கொன்றுவிடுகிறேன்!' என்று கட்டளையிட்டாள்.

அதன்படியே, இறுதியில் தன்னுடைய முச்சூலத்தால் தாருகனை வதைத்தாள் ப்ரத்யங்கிரா தேவி. துடித்தான் தாருகன். அவன் உடலிலிருந்து பீறிட்ட ரத்தத்தை, ஒரு துளியும் கீழே சிந்தாதபடி குடித்தாள் காளி. இதனால் உயிர்த்தெழ முடியாமல் மாண்டுபோனான் தாருகன்.

இப்படி தாருகனை அழிக்க சிவபெருமான் தோற்றுவித்த இவளுக்கு, காலகண்டி என்றும் பெயருண்டு!' - சத்யானந்தா சொல்லிமுடிக்க, சீடர்கள், அனைவரும் சாப்பிட பிரசாதம் கொண்டுவந்து தந்தனர்.

'சாப்பிடுங்க. தேவி பிரசாதம் மன திடம் தரும்!' என்றார்.

அனைவரும் சாப்பிட்டு முடித்தனர்.

'சுவாமிஜி! ப்ரத்யங்கிராவை அதர்வணக் காளின்னு சொன்னீங்க. அதுக்குக் காரணம் என்ன?' - சுந்தரேசன் கேட்டார்.

'அதர்வண வேதத்தில் சிறப்பாகச் சொல்லப்பட்டுள்ளதால், இவள் அதர்வணக் காளி. இவளின் சிறப்புகளைப் பற்றி சொல்றேன், கேளுங்க!'

8. அபயம் தரும் அதர்வணக் காளி

'அதர்வண வேத மந்திர காண்டத்தில், சௌகை சாகையில் 32 ரிக்குகளும், பிப்பலாத சாகையில் 48 ரிக்குகளும் ப்ரத்யங்கிரா தேவியைப் பற்றியதுதான்.

பொதுவாக தாந்த்ரிகர்கள், 'அபிசார கர்மா' என்கிற ஒன்றைச் செய்வார்கள். அதாவது, தங்களுக்குப் பிடிக்காத ஒருவரை அழிக்க, அவருக்குத் தெரியாமலே மரணத்தை விளைவிப்பது.

இதற்கு 'ச்யேன யாகம்' என்பது பெயர். ஆனால், ப்ரத்யங்கிரா தேவி மற்றும் சரபேஸ்வரரின் பக்தர்களிடம் இது பலிக்காது. இந்தக் கர்மாவைச் செய்பவனே அழிந்துவிடுவான். அதை, தேவி செய்துவிடுவாள்.

அதனால்தான், 'இவள் மந்திரத்தைத் தியானம் செய்யும் பக்தர்களிடம் விரோதம் பாராட்டக் கூடாது!' என்று, 'ப்ரத்யங்கிரா

த்யான சீலே நகுர்யாத் த்வேஷ மாத்மன' என்ற வாக்கியத்தால் வலியுறுத்தப்பட்டிருக்கிறது.

சப்தசதியில், இவளுக்கு 'ஐம்' பீஜாக்ஷரம் தரப்பட்டுள்ளது. பொதுவாக காளியின் பீஜாக்ஷரம் 'க்லீம்'தான். 'ஐம்' என்பது சகல ஞானத்தையும் குறிப்பதாகும். ஞானத்தைத் தருபவள். கூடவே, ஆனந்தத்தையும் தருகிறாள். ஆகவே, 'ஐம்' இவளுக்கு உரியதாகச் சொல்லப்பட்டுள்ளது.

இவள், பயத்தைப் போக்குபவள். தேசகாலம் கடந்தவள். மங்களத்தைத் தருபவள். ஆனந்த சொரூபிணியானவள்.

உலகத்தினரின் பொதுவான சுபாவம், அழகைக் கண்டு சந்தோஷப்படுவதும் அழகற்றதை வெறுப்பதும்தான். ஆனால் காளி, சௌமியமான அழகு உருவமும் பயப்படும்படியான கோர உருவமும் இரண்டுமாகக் கொண்டவள். ஒன்றை விரும்பி சந்தோஷப்படுவதும், ஒன்றை வெறுத்து விலக்குவது மாக சிந்தனை இருந்தால், உண்மையான ஆனந்தத்தை அனுப விக்க முடியாது. எதையும், வேண்டும் வேண்டாம் என்று புறக்கணிக்காமல், அனைத்தையும் சரிசமமாக ஏற்றுக் கொள்ளும் மனநிலைதான் ஞானத்தைத் தரும். தன்னுடைய பக்தர்களுக்கு இத்தகைய மனோபாவத்தை உண்டு பண்ணவே, காளியாகிய ப்ரத்யங்கிரா இரண்டுமாகக் காட்சி அளிக்கிறாள்.

இவள் 'க்ரோத சமனீ'யும் கூட. அதாவது கோபத்தை அடங்கச் செய்பவள். கோபம் என்பது, பக்தி செய்யும் ஒருவனுக்கு இடையூறைத் தருவது. அதனால், அவனது பக்தியே பயனில்லாமல் அர்த்தமில்லாது போய்விடும். தன் பக்தனுக்கு இம்மாதிரி நேரக் கூடாது என்றே, தேவி கோபத்தை அடங்கச் செய்கிறாள்.

மஹாபைரவரால் பூஜிக்கப்படுபவள். அதனாலேயே இவள், 'மஹா பைரவ பூஜிதா'. இதில் 'ப' என்ற எழுத்து (பரணம்), நிரப்புதல் அல்லது சிருஷ்டியைக் குறிக்கும். 'ர' என்பது

(ரமணம்), காத்தலைக் குறிக்கிறது. 'வ' என்ற எழுத்து (வமணம்), சுருக்கமாக அழித்தலைக் குறிக்கும்.

இந்த மூன்று தொழில்களையும் கொண்ட சிவபெருமானின் அம்சமான ஸ்ரீ பைரவரால் வழிபடப்பட்டவள் ப்ரத்யங்கிரா. ஸ்ரீ புரத்தில் 22, 23-வது பிராகாரங்களுக்கு நடுவில் மார்த் தாண்ட பைரவர் வசிப்பதாகச் சொல்லப்படுகிறது. தேவியின் உபாசகர்களிடம் விரோதம் பாராட்டுகிறவர்களின் கண்பார் வையை, இவர் பறித்துவிடுவார் என்று சொல்லப்பட்டி ருக்கிறது.

இவளை, தாமஸீ என்கிறது தேவி மகாத்மியம். சோம்பல், துன்பம், அச்சம் என்பவையே தமஸ் குணத்தின் இலக் கணம். இவைகளை சம்ஹாரம் செய்பவள் தேவி. மோக்ஷம் என்பது, இவளுடைய அருளினால் மட்டுமே கிடைப்பது. மோக்ஷம் என்றால், மரணத்துக்குப்பின் கிடைப்பது இல்லை. இவள் அருள் பூரணமாக இருந்தால், உயிருள்ள போதே மோக்ஷநிலையைப் பெறமுடியும். இந்த நிலையை 'உன்மனீ நிலை' என்பார்கள்.

லலிதா சகஸ்ரநாமத்திலுள்ள 'ஸகஸ்ராக்ஷி', 'ஸகஸ்ரசீர்ஷவ தனா', 'ஸகஸ்ரபாத்' ஆகிய நாமாக்கள் ப்ரத்யங்கிரா தேவியையே குறிக்கின்றன.

'ஸகஸ்ர சீர்ஷவதனா' - ஆயிரம் சிரங்களும் முகங்களும் உடையவள். ஆயிரம் என்பது எண்ணிக்கை மட்டுமல்ல. எங்கெங்கும் நிறைந்திருப்பவள் என்பதற்காகவும் இப்படிச் சொல்லப்பட்டுள்ளது.

'ஸகஸ்ர அக்ஷி' - ஆயிரம் கண்ணுடையாள். பிரபஞ்சம் முழு வதும் நடைபெறுவதைப் பார்த்துக்கொண்டிருக்க, பக்தர் களைக் கண்காணித்துத் திருத்த, அத்தனை பேருக்கும் அருள் புரிய - தேவிக்கு இத்தனை கண்கள் தேவைப்படாதா என்ன!

'ஸகஸ்ர பாத்' - ஆயிரம் பாதங்கள் உடையவள். அவள் பாதக் கமலங்களில் சரணடைந்துவிட்டால் போதும். ஜென்ம

ஜென்மங்களுக்குமான மோக்ஷ சுகம், வாழும்போதே கிடைத்துவிடுகிறது. எப்போதும், தாயின் காலடிதான் சொர்க்கம்.

- இப்படி இன்னும் நாள்முழுக்க ப்ரத்யங்கிராவின் மகிமையை சொல்லிக்கொண்டே போகலாம்!' - நெகிழ்ந்துபோய் சொன்னார் சத்யானந்தா.

'அதேபோல, ப்ரத்யங்கிராவுக்கு சற்றும் சளைக்காதவள்தான் இவளைப் போலவே இறக்கையிலிருந்து தோன்றிய சூலினி தேவியும். பக்தர்களை பொத்திப்பொத்திப் பாதுகாப்பதில், கருணையின் வடிவம் அவள்!'

'சுவாமிஜி! சூலினி துர்க்கையின் சிறப்பையும் சொல்லுங்க, தெரிஞ்சுக்கிறோம்!'

மீனாட்சி கேட்டாள்.

9. சுகவாழ்வு தரும் சூலினி துர்க்கா

'சரபேஸ்வரரின் சக்திகளில், ப்ரத்யங்கிராவுக்கு முதல் இடம்; அடுத்த இடத்தில் இருப்பவள் சூலினி தேவி.

ப்ரத்யங்கிரா எப்படி மோக்ஷத்துக்கு உதவுகிறாளோ, அதைப்போல மனித வாழ்க்கையில் நாம் தினம்தினம் சந்திக்கும் கஷ்டநஷ்டங்களிலிருந்து விடுபட, அவைகளை ஒழித்துக்கட்ட, சூலினியின் அருள் எப்போதும் நமக்குத் துணை நிற்கிறது.

சூலினிதேவி, துர்க்கையாகவும் விளங்குபவள்.

துர்க்கம் என்றால் அகழி. ஒரு கோட்டையைச் சுற்றி இருக்கும் அகழியானது, எதிரிகளை உள்ளே நுழையவிடாமல் எப்படிப் பாதுகாக்கிறதோ, அதைப்போல பக்தர்களுக்குப் பாதுகாப்பாக தீயவினைகள் நெருங்காமல், அரணாக நின்று காப்பவள் சூலினிதேவி.

சிவபெருமான் துஷ்டர்களை வதம் செய்த தருணத்தில் எல்லாம், அவருடைய கையில் சூலமாக நின்று சூலபாணி யாக விளங்கியதால் இவள் சூலினி.

அம்பிகைக்கு 'சூலாத்யாயுத சம்பன்னா' என்ற நாமம் லலிதா சகஸ்ரநாமத்தில் சொல்லப்பட்டுள்ளது. அதாவது, சூலம் முதலிய ஆயுதங்களுடன் இருப்பவள். பக்தன், அவளைப் பார்த்தகணமே பரவசப்பட வேண்டும். பாதுகாக்கப்பட்டேன் என்று உணரவேண்டும். ஆகவேதான் - சூலம், பாசம், டமரு கம், கபாலம் ஏந்தி, கையில் அபயம் தரும் முத்திரையைக் காட்டுகிறாள்.

சூலத்தில் மூன்று இலைகள். மும்மூன்றாக இருப்பவை யாவும், தேவியின் வடிவமே என்பதைக் குறிக்கிறது.

விழிப்பு, கனவு, தூக்கம் என்று மனிதர்களுக்குள்ள மூன்று நிலைகளிலும் தெய்வபக்தி வேண்டும்.

மனம், வாக்கு, காயம் இம்மூன்றும் ஒரேமாதிரி செயல்பட வேண்டும். மனம் ஒன்று நினைக்க, வாக்கு ஒன்று சொல்ல, காயம் ஒன்றைச் செய்யக் கூடாது.

அதேபோல் அறம், பொருள், இன்பம் - இம்மூன்றும் மனித வாழ்க்கையில் மிக அவசியமானவை. இச்சை, கிரியை, ஞானம் - இவை மூன்றும் மனிதனால் கடைப்பிடிக்கப்பட்டு, இறுதியில் ஞானம் அடையும் தன்மை சித்திக்கவேண்டும்.

இதைத் தந்து ரட்சிப்பவள் சூலினி. அதனால்தான் இவள் 'த்ரி வர்க்க தாத்ரீ'.

இவளே 'த்ரிகுண ஆத்மிகா'. அதாவது முக்குண வடிவான வள். ஸத்வம், ரஜஸ், தமஸ் என்ற முக்குணங்களாக பார்வதி, துர்க்கா, காளி என்ற மூன்று தோற்றங்களைக் கொண்டவள்.

சூலினியே 'த்ரி வஸ்தா'. இவள் மூன்று வர்க்கங்களில் இருப்பவள். மூவுலகம், மூவித்யைகள், மூன்று ஒலிகள் மற்றும் நேற்று, இன்று, நாளை என்கிற காலவரையறை;

சூரியன், சந்திரன், அக்னி என்ற ஒளி மண்டலங்கள்; ஸ்தூலம், சூட்சுமம், காரணம் என்கிற தேகங்கள்; விழிப்பு, கனவு, தூக்கம் என்ற உணர்வு நிலைகள்; இரவு, பகல், சந்தி என்கிற வேளைகள் - இப்படி மூன்று மூன்றாக உள்ள அனைத்திலுமே தேவி உறைந்திருக்கிறாள்.

சூலினியின் ஆயுதமாகிய சூலம், தீயவர்களை வதம் செய்யும் ஆயுதம் மட்டுமல்ல. வாழ்க்கையில் பெற வேண்டிய முப்பேறுகளை உணர்த்துவதும் ஆகும்.

இந்த துர்க்கா, யோகிகளால்கூட நெருங்கமுடியாதவள். அப்படியானால், சாதாரணமானவர்கள் எப்படி அணுக முடியும்? ஆனால் இவள், பக்தர்களுக்கு மிகவும் சமீபத்திலுள்ளவள். அதாவது, பக்தர்களுக்கு 'அநுத்தமா' அவள். பக்தர்கள் அன்புடன் அவளை நெருங்கினால் போதும். அவளே அவர்களை அரவணைத்துக்கொள்வாள்.

எதிரிகளை நாசம் செய்யும் சக்தியுள்ளவள். மற்ற எல்லா தெய்வங்களும் ஒவ்வொரு சக்தியைத்தான் தருவார்கள். ஆனால் தர்மம், அர்த்தம், காமம், மோக்ஷம் என்கிற அனைத்தையும் அளிக்கும் கருணோபகாரி சூலினி துர்க்கா.

ராட்சஸர்களை அழிப்பவள் என்பதால், இவளை 'ராக்ஷஸக்னி' என்றும் அழைப்பார்கள். எல்லா சமயங்களிலும் தான் சம்ஹாரம் செய்யாவிட்டாலும், இறைவன் சம்ஹாரம் செய்ய உதவியாக இருப்பவள்.

மொத்தத்தில் இவளைச் சரணடைவதாக, மனத்தால் நினைத்துவிட்டால்கூடப் போதும். அவர்கள் யாரானாலும், அவர்களைக் காப்பாள் தேவி.'

'சுவாமிஜி! இந்தநாளை, நாங்க மறக்கவே முடியாது. தேவி ப்ரத்யங்கிராவைப் பற்றிக் கேட்கும்போதே மனசுக்குள்ளே நம்பிக்கையும் தெளிவும் தைரியமும் உண்டாகுது. இனி, எங்க ப்ரச்னையை அவள் பார்த்துப்பா!' - சந்தோஷமாகச் சொன்னார் சுந்தரேசன்.

'ஆமா, சுவாமி! இனிமே, எங்களோட முழுக்கவனமும் ப்ரத்யங்கிராவை வழிபடறதிலே மட்டும்தான் இருக்கும். அவளை எப்படி வழிபடறதுன்னு சொல்லுங்க சுவாமி!' - மலர்ந்த முகத்துடன் கேட்டாள் மீனாட்சி.

'அம்மா! உண்மையான பக்தியோட ஒரேயொரு பூ கிள்ளிப் போட்டாலும், கடவுளுக்கு அது சம்மதம்தான். எப்போதுமே, இறைவனோ இறைவியோ ஆடம்பரத்தை எதிர்பார்க்கற தில்லை. நம்மோட ஆத்மார்த்தமான அர்ப்பணிப்புதான் முக்கியம். ஆனாலும், ப்ரத்யங்கிரா வழிபாடு பற்றி சொல்ற திலேயும் அவளோட பெருமையைப் பத்தி பேசறதிலேயும் எனக்கு எப்போதுமே சந்தோஷம்தான். கேளுங்க!'

10. ப்ரத்யங்கிரா தேவி வழிபாடு

'ப்ரத்யங்கிரா தேவியைப் பற்றி ரிக் வேதத்திலும் 48 பஞ்சாதிகள் பெருமையுடன் பேசப்பட்டுள்ளது. இவளுக்கு மேல் எந்த மந்திரமும் இல்லை, தெய்வமும் இல்லை என்பது அதர்வண வேதம் கூறும் சிறப்பாகும்.

ப்ரத்யங்கிரா தேவியை வழிபட்டால் - பில்லி சூன்யம், ஏவல், செய்வினை மற்றும் 64 சாபங்கள் உட்பட ரணம், ரோஹம், ம்ருத்யுபயம், பிதுர்சாபம் போன்ற அத்தனை யும் நிவர்த்தியாகும் என்பது சர்வ நிச்சயம்.

ப்ரத்யங்கிரா தேவியை, ஒன்பது விதமாக மகான்கள் குறிப்பிடு கின்றனர். ப்ரத்யங்கிரஸ், பால ப்ரத்யங்கிரா, பிராம்பி ப்ரத்யங் கிரா, பிராம்மி ப்ரத்யங்கிரா, ருத்திர ப்ரத்யங்கிரா, உக்ர ப்ரத்யங் கிரா, அதர்வண ப்ரத்யங்கிரா, சிம்மமுகக் காளி, ஸ்ரீ மகா ப்ரத்யங்கிரா என்று ஒன்பது வகைகளாகத் துதிக்கிறார்கள்.

இவள், கலியுகத்தின் கண்கண்ட தெய்வம். இந்த யுகத்தில் தான், இவளின் கருணையும் அருளும் அத்தியாவசியமாக மனிதர்களுக்குத் தேவைப்படுகிறது. ஏனென்றால் இந்த யுகத்தில், மனிதர்களிடையே போட்டியும் பொறாமையும், துவேஷமும் தீமையும் அதிகமாகிவிட்டன. அடுத்தவர் கஷ்டப்பட்டு உழைத்து சொந்த முயற்சியால் முன்னுக்கு வந்தாலும்கூட, சுற்றியிருப்பவர்களுக்கு ஏனோ மனத்துக் குள் பொறாமை வந்துவிடுகிறது. நாம் எப்படி அவர் போல வளர்ச்சியடையலாம் என்று நல்லவிதமாக எண்ணாமல், எதிராளியை எப்படி அழிக்கலாம் என்றுதான் யோசிக் கிறார்கள்.

மனத்தில் வஞ்சக எண்ணத்துடன் அவருக்கு எதிராக ஏவல், பில்லி சூன்யம், வைப்பு போன்ற தீய மந்திரப் பிரயோகங் களில் ஈடுபடுகிறார்கள். இதனால் எத்தனையோ நல்ல ஜீவன் கள் துன்பப்பட வேண்டியதாகிறது.

இத்தகைய தீயவினைகளிலிருந்து தப்பித்து நல்லபடியாக வாழ நாம் சரணடைய வேண்டியது, நம்மைக் காப்பாற்றும் வல்லமையுள்ள கலியுகக் கடவுள் ப்ரத்யங்கிரா தேவி யிடம்தான்.

பத்ரகாளியாகிய ப்ரத்யங்கிராவின் உபாசனை, முக்கியமாக 'வாக் சித்தியை' அளிக்கக்கூடியது. இதுபற்றி 'அதகாளி மனூன் வஷ்யே ஸத்யோ வாக்ஸித்தி தாயகாள்' என்று மந்திர சாஸ்திரத்தில் சொல்லப்பட்டிருக்கிறது.

அதாவது இவளை உபாசிப்பவர்கள், கவி காளிதாசன்போல கல்வி கேள்விகளில் வல்லமை பெறுவார்கள். இவளை நாம் உபாசிப்பதால், தேவர்களும் மகிழ்கிறார்கள். அதர்வணக் காளியைப் பூஜிக்கும் பக்தர்களை, தங்களையும் பூஜிக்கும் பக்தர்களாகவே தேவர்கள் கருதி அருள்புரிகின்றனர். இவளைப் பூஜிப்பவர்-பிரம்மா, விஷ்ணு, சிவன், கௌரி, லக்ஷ்மி, வினாயகர் இவர்களையும் பூஜித்தவர்களாகவே கருதப்படுவார்.

இத்தனை கீர்த்திமிக்கவளாகிய ப்ரத்யங்கிரா தேவியை, அவளின் திருவுருவப்படத்தை, நம் வீட்டுப் பூஜையறை யிலேயே வைத்து வணங்கலாம்.

'ஓம் க்ஷம் பக்ஷ ஜ்வாலா ஜிஹ்வே கராள தம்ஷ்ட்ரே
ப்ரத்யங்கிரே க்ஷம் ஹ்ரீம் ஹூம்பட்'

இதுவே ப்ரத்யங்கிராவின் மூலமந்திரம். இதை முதலில் சொல்லி வழிபட்டு மற்றும் தேவியுடைய தியான மந்திரம், அஷ்டகம், பஞ்சகம் சொல்லி தினமும் வழிபட்டால், குடும்பத்துக்கு மிகவும் நல்லது. எப்போதும், சந்தோஷமும் நிம்மதியும் நிலவும்.

இதன் பலனாக - கெட்டவர்களின் சேர்க்கை இல்லாமல், தீவினை நெருங்காமல், நவக்கிரக தோஷங்கள் தாக்காமல், சகல அபாயங்களிலிருந்தும் காப்பாற்றப்படுவோம், பாதுகாக்கப்படுவோம் என்பது வெகு நிச்சயம். அத்துடன், நல்ல எண்ணங்களும் தர்ம சிந்தனையும் அஷ்ட ஐஸ்வர்யங்களும் நமக்குக் கிடைக்கும்.

மேலும், ப்ரத்யங்கிரா தேவியின் கோயில்களுக்குச் சென்று அவளைத் தரிசித்து வழிபடுவதும் கோயில்களில் அமாவாசை பௌர்ணமி தினங்களில் நடைபெறும் யாகத்தில் கலந்து கொள்வதும், அப்படிச் செல்லும்போது ப்ரத்யங்கிராவுக்குப் பிடித்தமான மிளகாயுடன் சென்று தரிசிப்பதும் மிகவும் சிறப்பானது.

ஏனெனில், உக்ரதேவியான ப்ரத்யங்கிராவுக்கு மிளகாய், மிளகு போன்ற காரப்பொருள்கள் மிகவும் ப்ரீதியானது.

உக்ரதேவியான ப்ரத்யங்கிராவின் அருளால் - துஷ்டப் பிரயோகங்கள், நல்லவர்களை வதைக்கும் முன் ஜென்ம வினைகள், அதனால் உண்டாகும் தீராத வியாதிகள், குடும்பத்தில் நிலவும் குழப்பங்கள், கஷ்டங்கள், வேதனைகள் போன்ற அனைத்துவிதமான துன்பங்களிலிருந்தும் விடுதலை

பெற, அன்னைக்கு நடைபெறும் யாகத்தில் மிளகாய் இடுவது, மிகச் சிறந்த பரிகாரமாகச் சொல்லப்பட்டுள்ளது.'

'சுவாமிஜி! ப்ரத்யங்கிரா தேவிக்கு எங்கெல்லாம் கோயில்கள் இருக்கு?'

'குறிப்பா, மூன்று கோயில்களைப்பத்திச் சொல்றேன். ஒரு கோயில் கும்பகோணத்துக்குப் பக்கத்திலே இருக்கு. இன்னொன்னு சென்னையிலும், மூணாவது மேல்மருவத்தூரிலும் இருக்கு.'

11. ப்ரத்யங்கிரா தேவி திருத்தலங்கள்

கும்பகோணம்

கும்பகோணத்தின் அருகில் ஒப்பிலியப்பன் கோயிலி லிருந்து சற்றுத் தொலைவில் இருக்கிறது, ப்ரத்யங்கிராவின் பிரசித்தி பெற்ற கோயில்.

இந்த இடத்தின் பெயர் ஐவர்பாடி. பஞ்சபாண்டவர்கள் இங்கு வந்து ப்ரத்யங்கிரா தேவியைப் பூஜித்து பாடி வணங் கியதால், இந்த இடம் ஐவர்பாடி என்று பெயர் பெற்றது. காலப்போக்கில் இது மருவி, இப்போது அய்யாவாடி என்று அழைக்கப்படுகிறது. இங்கு சிம்ம முகத்தோடு, 18 திருக் கரங்களோடு கம்பீரமாக வீற்றிருக்கிறாள் ப்ரத்யங்கிரா.

ஒரு காலத்தில் மயானமாக இருந்த இடத்தில் அமைந் திருக்கிறது இந்தத் திருக்கோயில். இதற்கு ஒரு காரணம் இருக்கிறது.

ராவணனின் மகனான இந்திரஜித், ராம - லட்சுமணரை போரில் வெல்வதற்காக, ப்ரத்யங்கிரா தேவியின் அருள்பெறத் தீர்மானித்தான். இதற்காக நிகும்பலா என்கிற இடத்தில், எட்டுத் திக்கிலும் மயான பூமியில் பிரேதங்களை வைத்து யாகம் செய்ய ஆரம்பித்தான். இதை விபீஷணன் மூலமாக அறிந்துகொண்ட ராமபிரான் ப்ரத்யங்கிரா தேவியை தியானித்து வேண்ட, அவருக்குக் காட்சி கொடுத்து அருள் புரிந்தாள் தேவி.

இதற்குப் பிறகே அனுமனுடன் புறப்பட்டுச் சென்ற லட்சுமணன், அந்த நிகும்பலா யாகத்தினைச் சிதைத்து முற்றுப் பெறாமல் செய்தான். ப்ரத்யங்கிராவின் அருள் தரிசனம் பெற்ற தாலேயே, போரில் ராம - லட்சுமணர் வெற்றி பெற்றனர்.

இந்தப் பிரசித்தி பெற்ற கோயிலினுள் கரிய உடலுடன் சூலம், டமருகம், பாசம் முதலான பலவகை ஆயுதங்கள் ஏந்தி சிம்ம வாகினியாக, கம்பீரமாக சிங்கத்தின் மேல் இடதுகாலை மடித்து வலது காலைத் தொங்கவிட்டு, அமர்ந்த நிலையில் அருள்வடிவாகக் காட்சியளிக்கிறாள் அன்னை.

இங்கு கோயில்வளாகத்தினுள், ஐந்துவிதமான இலைகளைக் கொண்ட அதிசய ஆலமரம் ஒன்று அற்புதமாக அமைந்துள்ளது. பக்தர்கள் அனைவரும் வந்து வியப்புடன் வணங்கிச் செல்கிறார்கள்.

இங்கு நடக்கும் யாகங்களின்போது, பக்தர்கள் மனமுருக வேண்டிக்கொள்ளும் குறைகள் முற்றிலுமாக நிவர்த்தி ஆகின்றன. ஏராளமான பக்தர்கள் எங்கிருந்தெல்லாமோ வந்து தரிசித்துச் செல்லும் இந்த அருள்மிகு ஆலயத்தில், அமா வாசையன்று மிகச் சிறப்பாக பூஜை நடைபெறுகிறது.

அந்த நாளில் ப்ரத்யங்கிரா தேவியை வேண்டிக்கொண்டு மிளகாயுடன் வந்து பிரார்த்தனை செலுத்திச் செல்கிறார்கள் பக்தர்கள். இப்படி எல்லா நாள்களிலும் பக்தர்களால் காணிக் கையாக வழங்கப்படும் மிளகாய்கள், அமாவாசை

பௌர்ணமி தினங்களில் நடத்தப்படும் நிகும்பலா யாகத்தில் பயன்படுத்தப்படுகிறது.

அப்படிச் செய்யப்படும் யாகத்தின்போது, அக்னியில் இடப்படும் மிளகாய்களால் காரநெடி என்பதே சிறிதும் இருக்காது என்பது, ப்ரத்யங்கிராவின் அருள் சிறப்பு.

சோழிங்க நல்லூர்

சென்னையிலிருந்து மகாபலிபுரம் செல்லும் சாலையில் இருக்கிறது சோழிங்க நல்லூர்.

சோழிங்க நல்லூரின் அபராஜிதபுரியில், அழகான சூழலில் அமைந்திருக்கிறது ஸ்ரீ மகா ப்ரத்யங்கிரா தேவி திருக்கோயில்.

கேரள தந்திர முறைப்படி கட்டப்பட்டுள்ள மிக அழகான கோயில் இது.

கோயிலின் உள்ளே நுழைந்ததுமே எதிரே தென்படுகிறாள், மந்திர வாராஹி தேவி. ஏழு அடி உயரத்தில் பிரும்மாண்டமாக அருள்பாலித்தபடி அமர்ந்திருக்கிறாள்.

இந்த வாராஹிதேவி, விரோதிகளைத் தண்டித்து பக்தர்களைக் காப்பவள். பூமி தானேஸ்வரி. வாஸ்து தோஷ நிவாரணம் அளிப்பவள்.

இடது பக்கம் ஸ்ரீ கார்கோடக நாகம். இவர், கெட்ட கனவுகளில் இருந்து விடுவிப்பவர். மற்றும் ஸ்ரீ நாகராஜா, ஸ்ரீ நாகராணி தர்பாரில் மந்திரிகளான அஞ்சனா, ஸர்வாஞ்சனாவுடன் 108 பரிவார நாகங்களுடன் கொலுவீற்றிருக்கும் காட்சி அருமை யாக இருக்கிறது. இவர்களை வழிபடுவோர்க்கு திருமணத் தடை நீங்கும். ஸர்ப்பதோஷ நிவாரணம் கிடைக்கும்.

பிறகு ஸ்ரீ அக்க்ஷோபுய மகரிஷி (முதுகுத்தண்டில் ஏற்படும் வலி, வியாதி, நிவாரணம்), ஸ்ரீ குண்டலினி மகரிஷி (யோகசித்தி), ஸ்ரீ சாமுண்டா பத்ரகாளி (விரும்பிய செயலை முடிக்கும் திறன்), ஸ்ரீ அக்னிதேவன் வசிக்கும் யாக குண்டம்

(பல்வகை காரிய சித்திகளுக்காக அமாவாசை பௌர்ணமி நாள்களில் ஹோமம்).

இன்னும் விரஜா கால பைரவர், ஸ்ரீ பால சுப்ரமணியர், ஸ்ரீ பஞ்ச முக ஹனுமான், ஸ்ரீ உச்சிஷ்ட கணபதி, ஸ்ரீ சனீஸ்வர பகவான், ஸ்ரீ ஐயப்பன், ஸ்ரீ நீல சரஸ்வதி, ஸ்ரீ அன்னபூரணி, ஸ்ரீ மகா லக்ஷ்மி, ஸ்ரீ சிவசக்திகள் ஆகியோருக்கும் சந்நிதிகள் இருக்கின்றன.

கோயிலில் பிரதானமாக, தேவி ப்ரத்யங்கிராவின் சந்நிதி. உள்ளே அழகான ஆடை ஆபரணங்களாலும் மலர்களாலும் அலங்கரிக்கப்பட்டு, திவ்யமாகக் காட்சியளிக்கிறாள் ப்ரத்யங்கிரா தேவி.

எப்போதும் பக்தர்களின் கூட்டம் நிரம்பி வழிகிறது. மக்களின் பல்வேறு கோரிக்கைகளைத் தீர்த்துவைக்கும் காமதேனு வாகவும், தற்கால வாழ்வில் நாம் தினந்தோறும் சந்திக்கும் சங்கடங்களை நிவர்த்திப்பதற்கும், வாழ்க்கையைத் துணிவோடு எதிர்கொள்வதற்குமான நம்பிக்கையையும் தருகிறாள் ப்ரத்யங்கிரா தேவி.

இத்திருத்தலத்திலும் அமாவாசை, பௌர்ணமி, பண்டிகை மற்றும் விசேஷ தினங்களில் ஹோமம் நடைபெறுகிறது. இந்த ஹோமங்களின்போது, ப்ரத்யங்கிராவுக்குப் பிடித்தமான சிவந்த மிளகாய் ஆஹுதியில் இடப்படுகிறது.

மகிமைமிக்க மிகச் சிறப்பு வாய்ந்த தலமாக, பக்தர்களால் குறிப்பிடப்படுகிறது இந்தத் தலம்.

மேல்மருவத்தூர்

சென்னை - திருச்சி நெடுஞ்சாலையில், சென்னையிலிருந்து 92 கிலோமீட்டர் தொலைவில் அமைந்துள்ளது மேல்மருவத்தூர். இங்கு பிரதான சாலையின் வலதுபுறம் இருக்கிறது சிறப்பு மிக்க தலமான அருள்மிகு மேல்மருவத்தூர் ஆதிபராசக்தி ஆலயம்.

பல்லாயிரக்கணக்கான பக்தர்கள் தினமும் வந்து போகும் பிரசித்தி பெற்ற சக்தி ஆலயம் இது. 108 சக்தித் தலங்களில் ஒன்று. இந்த ஆலயத்தின் உள்ளே தனிச் சந்நிதி அமைக்கப் பட்டு அதர்வணக் காளியாக பூஜிக்கப்படுகிறாள் ப்ரத்யங்கிரா தேவி.

தீயசக்திகளால் பாதிக்கப்படும் பக்தர்களின் துன்பத்தைப் போக்குவதற்காக, அன்னை ஆதிபராசக்தியே கருணை கொண்டு அவளுடைய அருள்வாக்கின்படி உருவான சந்நதி இது. இதன் காரணமாகவே கூடுதல் சிறப்பு பெறுகிறது இந்தச் சந்நிதி. இங்கு, மிக சக்தி வாய்ந்தவளாகக் காட்சி யளிக்கிறாள் ப்ரத்யங்கிரா தேவி.

சூனியம் முதலான தீய சக்திகளால் பாதிக்கப்பட்ட வர்கள் இங்கு வந்து நீராடிவிட்டு, அன்னையை வணங்கி நைவேத்தியம் வைத்து வழிபடுகிறார்கள். இதற்கென்று முறை வகுக்கப்பட்டுள்ளது.

நைவேத்தியத்தை வைத்துப் படைக்கும்போது, தேவியின் எதிரே வைக்கோலைப் பரப்பி அதன்மேல் தலைவாழை இலையை வைக்கவேண்டும். அந்த வாழையிலையை, நாம் சாப்பிடுவதுபோல குறுக்குவாட்டில் வைக்காமல் நீளவாக் கில் வைக்கவேண்டும். இலையின் அடிப்பாகம் ப்ரத்யங்கிரா தேவியின் பாதத்தை ஒட்டி இருக்கவேண்டும். சர்க்கரைப் பொங்கல் போன்றவற்றை இந்த வாழையிலையில் வைத்துப் படைத்து வேண்டிக்கொள்வது, நிச்சயம் நலம் தரும். இந்தப் படையலை, வேண்டிக்கொள்பவர்கள் யாரும் சாப்பிடக் கூடாது. அதை ஏழைகளுக்குப் பகிர்ந்து கொடுத்துவிட வேண்டும்.

இப்படிப் பிரார்த்தித்துக்கொண்டு ஏராளமான பக்தர்கள் நலம் பெற்றிருக்கிறார்கள். மகாசக்தியின் அருளோடு, ப்ரத்யங்கிரா வின் கருணையும் சேர்ந்தால் சொல்லவும் வேண்டுமா என்ன?

எல்லா திருக்கோயில்களுக்கும் சென்று வாருங்கள். ப்ரத்யங்கிராவின் கருணைப் பார்வையின் நிழலில், எப்போதும் நிம்மதியாக இளைப்பாறுங்கள்.

'சுவாமி! ப்ரத்யங்கிரா தேவிக்கு ஏதோ யாகம் பண்ணு வாங்களாமே! மிளகாய் யாகம்னு ரொம்பப் பிரசித்தி பெற்றதாமே! அது என்ன யாகம் சுவாமி?'

'பிரசித்தி பெற்ற யாகம் மட்டுமில்லை. அது ரொம்ப விசேஷ மான யாகமும்கூட. இன்னைக்கு நம்ம ஆசிரமத்திலேயும் தேவியின் அருள்பெற வேண்டி, உலகச் சேமத்துக்காக அந்த யாகம் நடக்கப்போகுது. நீங்க அதுல கலந்துக்கறதுக்கு முன்னாடி, அந்த ஹோமத்தோட சிறப்புகளைப் பற்றி தெரிஞ்சுக்கிறது அவசியம். சொல்றேன், கேட்டுக்குங்க!'

12. ஸ்ரீ மகா ப்ரத்யங்கிரா ஹோமத்தில் கலந்துகொள்வதால் ஏற்படும் நன்மைகள்

'ப்ரத்யங்கிரா தேவியை மகிழ்வித்து அவள் அருளைப் பெறுவதற்காக நடத்தப்படும் யாகமே, மகா ப்ரத்யங்கிரா ஹோமம்.

மகா ப்ரத்யங்கிரா ஹோமம் எனப்படுகிற இந்த யாகமானது, புராண காலத்திலிருந்தே மிகவும் பிரசித்தி பெற்றது.

ராமாயணத்தில் - ராவணனின் மகனான இந்திரஜித் போன்றோர் இந்த யாகத்தின் மகிமையை உணர்ந்து, செய்ய முற்பட்டனர். பின்னாளில் நிறைய அரசர்கள், தங்களின் எதிரிகளை அழிக்கவும் போரில் வெற்றி பெறவும் இந்த யாகத்தைச் செய்து பலனடைந்திருக்கிறார்கள். நல்லவரோ கெட்டவரோ, ப்ரத்யங்கிரா தேவி தம்மை நம்பியவர்களைக் கைவிடுவதே இல்லை. பக்தர்களை, கவசமாக நின்று பாதுகாப்பவள் அவள். வெற்றியை மட்டுமே தரும் தேவதை.

ப்ரத்யங்கிரா தேவியை உபாசித்து நடத்தப்படும் இந்த யாக மானது மிகமிகச் சக்தி வாய்ந்தது. இதில்தான், தேவிக்கு மிகப் ப்ரீதியான சிவப்பு மிளகாய்கள் அக்னியில் இடப்படும். அதனாலேயே இந்த யாகத்தை அனைவரும், 'மிளகாய் ஹோமம்' என்கிறார்கள்.

இந்த யாகம் பொதுவாக ஸத்ரு நிக்ரஹத்துக்காகச் செய்யப் படுவது. அதாவது - சதா தொந்தரவு தரக்கூடிய எதிரியை, அவரின் துஷ்ட எண்ணங்களை, அவர் நம்மேல் பிரயோகம் செய்திருக்கிற பில்லி சூன்யம், செய்வினை, ஏவல், வைப்பு போன்றவைகளை செயலிழக்கச் செய்வதற்காகவும் அவை களிலிருந்து மீள்வதற்காகவும் நடத்தப்படுவது.

இதுதவிர, தீராத வியாதிகளிலிருந்தும், பயம், அவ நம்பிக்கை, மன சஞ்சலம் போன்றவைகளிலிருந்து விடு படவும், தைரியம் ஏற்படுவதற்கும்கூட இந்த ஹோ மத்தைச் செய்யலாம்.

உக்ரதேவியான ப்ரத்யங்கிராவின் இந்த ஹோமத்தைச் செய்வது அத்தனை சாதாரணமானதல்ல. யாருக்காக இந்த ஹோமம் நடத்தப்படுகிறதோ, அவர் அமாவாசைக்கு அல்லது பௌர்ணமிக்கு முன்பாக, பதினைந்து நாள்கள் கடுமையாக விரதம் மேற்கொள்ளவேண்டும்.

இந்தப் பதினைந்து நாள்களில், உணவில் வெங்காயம், பூண்டு போன்றவைகளைச் சேர்த்துக்கொள்ளக் கூடாது. முகம் மழிக்கக் கூடாது. குறிப்பிட்ட இந்தப் பதினைந்து நாள்களுக் குள், அவரின் தாய் - தகப்பன் போன்றவர்களுக்கு சிரார்த்த தினம் ஏதும் இல்லாமல் இருக்கவேண்டும். தாம்பத்தியம் கூடாது. வீட்டுப் பெண்கள் யாரும், வீட்டிலிருந்து விலகி யிருக்கக் கூடாது. குடும்பத்தினர் யாரும் ஊர் எல்லை தாண்டக் கூடாது.

இந்த அத்தனை நிபந்தனைகளும் பொருந்தி வந்து, ஹோமம் மிகச் சரியான முறையில் நிறைவேறினால், யாருக்காக இந்த

ஹோமம் நடத்தப்படுகிறதோ அவர் எல்லா துன்பங்களி லிருந்தும் விடுபடுவதோடு, சத்ருக்கள் பயமே இன்றி சகல சௌபாக்கியங்களும் பெறுவார் என்பது சர்வநிச்சயம்.

இந்த யாகத்தை, பொதுமக்கள் அனைவரின் நலத்துக்காக கோயில்களில் செய்வதே மிகச் சரி. ஆனால் பிரத்யேகமாக நடத்தும்போது, ஹோமத்தை எப்போதும் சமுத்திரக்கரை களில் செய்வதே மிகச் சிறப்பானது. அதுவும் ராமேஸ்வரம், திருச்செந்தூர் போன்ற திருத்தலங்களின் சமுத்திரக்கரைகளில் செய்வது மிகவும் விசேஷத்தைத் தரும்.

யாகத்தை, இரவுநேரங்களில்தான் கலசங்களை ஸ்தாபித்து ஆரம்பிப்பார்கள். நட்டநடுநிசியில், உச்சி ராப்பொழுதில்தான் யாகம் நிறைவடையும்.

ஹோமத்தில் மிக முக்கியமாக ஆஹுதியில் இடப்படுபவை, சிவந்த மிளகாய்கள். இதற்கு என்ன காரணமென்றால், உக்ர தேவிக்கு உக்ர காரமான மிளகாய்கள் விசேஷம் என்பதோடு, கண் திருஷ்டி, பொருமல் போன்ற தீயவினைகளைக் கழிக்க மிளகாயைச் சுற்றி அடுப்பில் போடுவார்களே, அதே தாத் பரியத்தின் இன்னொரு பரிமாணம் இது என்றும் சொல்ல லாம்.

ஹோமத்தில், மிளகாயுடன் பல்வேறு சமித்துகளும் பட்டு வஸ்திரங்களும், பசுநெய், நல்லெண்ணெயுடன் ஹோம குண்டத்தில் இடப்பட்டு, அக்னிக்குச் சமர்ப்பணம் செய்யப் படும்.

ப்ரத்யங்கிரா ஹோமத்தை வீடுகளில் செய்யலாமா என்றால், நிச்சயம் செய்யலாம். வீடுகளில் செய்யும்போது முதலில் கோமாதா பூஜையில் தொடங்கி, மகாலக்ஷ்மியைப் பூஜித்து வழிபட்டு, பிறகு ஹோமத்தைத் தொடங்கி நிறைவுபெறச் செய்வார்கள். தீராத நோய்நொடிகள் தீரவும், பகைகள் விலகவும், கோர்ட் வழக்குகளில் ஜெயம் உண்டாகவும், தொழில் சிக்கல்களிலிருந்து விடுபட்டு வியாபாரம் வெற்றி

யடையவும், குடும்ப உறவுகளில் பிணக்குகள் நீங்கவும், செல்வச் செழிப்புடன் சகல சௌபாக்கியங்கள் நிலைபெற வும், எல்லாவகையான மனக் கஷ்டங்கள் போகவும், பக்தி அர்ப்பணிப்புடன் இந்த ஹோமத்தைச் செய்வது குடும்பத் துக்கு மிகவும் நல்லது.

ஹோமம் நிறைவுபெற்றபின், நாற்பத்தெட்டு சுமங்கலிப் பெண்கள், நாற்பத்தெட்டு கன்னிப் பெண்களுக்கு அவரவர் வசதிக்கேற்றபடி வஸ்திரதானம், மஞ்சள், குங்குமம் அளித்து புண்ணியம் பெறலாம்.

பொதுவாகவே, வீடுகளில் ஏதாவது சிறிய அளவிலாவது அவ்வப்போது ஹோமங்கள் செய்வது குடும்பம் சுபிட்சமாக இருக்க உதவும்.

உலகத்துக்கே ஒளிதந்து பரிபாலிக்கும் சூரியதேவனின் அம்சமான அக்னிக்கு, நாம் செய்யக்கூடிய மரியாதை இது.

வீடுகளில் தினமுமே ப்ரத்யங்கிராவைப் பூஜித்து வணங்கு வது, குடும்ப நபர்களுக்கு உடல்நலத்துக்கான சக்தியைத் தருவதோடு, எல்லோருக்கும் மிகுந்த மனதைரியத்தையும் தரும். யாருக்கும் எந்தக் குறைவும் வராது. ப்ரத்யங்கிராவைப் பூஜிப்பதற்கு, அவளுடைய மூல மந்திரத்தைச் சொல்லி பூஜிக்க வேண்டும்.

ஓம் க்ஷம் பக்ஷ ஜ்வாலா ஜிஹ்வே கராள தம்ஷ்ட்ரே
ப்ரத்யங்கிரே க்ஷம் ஹ்ரீம் ஹூம்பட் ஸ்வாஹா

இதுவே ப்ரத்யங்கிராவின் மூலமந்திரம். மற்றொரு மந்திரமும் உள்ளது.

ஓம் ஐம் ஹ்ரீம் ஸ்ரீம் ப்ரத்யங்கிரே மாம் ரக்ஷரக்ஷ
தேவி மம சத்ரூன் பக்ஷபக்ஷ ஓம் ஸ்வாஹா.

இந்த மந்திரங்களை, முதலில் ஒரு குருவிடம் சென்று அவரிடமிருந்து முறைப்படி உபதேசம் பெற்றுக்கொண்டு

ப்ரத்யங்கிரா தேவியைப் பூஜிக்கலாம். ப்ரத்யங்கிராவின் பக்தர்களிடம் நவக்கிரக தோஷங்கள் அண்டாது என்பதும் மிகப் பிரசித்தம்.'

- சத்யானந்த சுவாமிகள் சொல்லி முடித்தபோது, கோயிலின் ஆலயமணி ஒலிக்க ஆரம்பித்தது.

'வாங்க சுந்தரேசன்! வாங்கம்மா! வாங்க குழந்தைகளே பூஜைக்குப் போகலாம்!'

சத்யானந்தா புறப்பட, அனைவரும் அவரைப் பின் தொடர்ந்தனர்.

ஓம் ஸ்ரீ மஹாசக்தி ப்ரத்யங்கிரா தேவ்யை நம.

தேவியின் மூலமந்திரம்

ஓம் - க்ஷும்

பக்ஷ ஜ்வாலா ஜிஹ்வே

கராள தம்ஷ்ட்ரே

ப்ரத்யங்கிரே

க்ஷும் - ஹ்ரீம் ஹூம்பட் - ஸ்வாஹா

இம்மந்திரத்தை தினமும் பயபக்தியுடன் ஜெபிப்பவர்கள் - எதிரிகள் பயம் இல்லாமல், வியாதிகள் அண்டாமல், கவலைகள் கஷ்டங்கள் இல்லாமல், ஸ்ரீ ப்ரத்யங்கிரா தேவியின் அருள்பெற்று சந்தோஷமாக வாழ்வார்கள்.

மாலா மந்த்ர ஜபம்

ஓம் நம: கிருஷ்ணவாஸஸே

(ஸத ஸஹஸ்ரகோடி) ஸிம்ஹாஸனே

ஸஹஸ்ர வதனே

அஷ்டாதஸபுஜே, மஹாபலே,

மஹாபல பராக்ரமே,

அஜிதே அபராஜிதே தேவி,

மஹாப்ரத்யங்கிரே, ப்ரத்யங்கிரஸே (அன்ய)
பரகர்ம வித்தவம்ஸினி
பரமந்த்ரோச்சாடினி
பரமந்த்ரோத்ஸாதினி
ஸர்வபூததமனி
கேம், சௌம் ப்ரேம், ஹரீம், க்ரோம்,
மாம் ஸர்வ உபத்ரவேப்ய:
ஸர்வ ஆபத்ப்யோ ரக்ஷ ரக்ஷ
ஹ்ராம்ஹ்ரீம் - க்ஷரீம்க்ரோம்
ஸர்வ தேவானாம் முகம் ஸ்தம்பய ஸ்தம்பய
ஸர்வவிக்னம் ச்சிந்தி ச்சிந்தி
ஸர்வ துஷ்டான் பக்ஷய பக்ஷய,
வக்த்ராலய ஜ்வாலா ஜிஹ்வே, கராளவதனே
ஸர்வயந்த்ராணி ஸ்போடய, ஸ்போடய
த்ரோடய, த்ரோடய
ப்ரத்யஸூர ஸமுத்ரான் வித்ராவய வித்ராவய
ஸம் ரௌத்ர மூர்த்தே
மஹாப்ரத்யங்கிரே, மஹாவித்யே
ஸாந்திம் குரு குரு
மமச த்ரூன் பக்ஷய பக்ஷய
ஓம் ஹ்ராம்ஹ்ரீம்ஹ்ரும்
ஜம்பே, ஜம்பே, மோஹே, மோஹே
ஸ்தம்பே ஸ்தம்பே
ஓம் ஹ்ரீம் ஹூம்பட் ஸ்வாஹா

ப்ரத்யங்கிரா ஸூக்தம்

யாம் கல்பயந்திநோரய: க்ரூராம் க்ருத்யாம்வதூமிவ
தம் ப்ரஹ்மணாப நிர்ணுத்ம: ப்ரத்யக் கர்த்தாரம் ருச்சது

ஸீர்ஷண்வதீம் கர்ணவதீம் விஷூரூபாம் பயங்கரீம்
யப்ராஹிணோதிஹாத்ய த்வாவிதம் த்வம் யோனாயாஸுரி

யேன திஷ்டேஹ வஹஸி ப்ரதிகூலம காயினி
தமேவேதோ நிவர்த்தஸ்வ மாஸ்மான் ம்ச்சோ அனாகஸ
அபிவர்தஸ்வ கர்தாரம் விரஸ்தாஸ்மாபிரோஜஸா
ஆயுரஸ்ய நிக்ருந்தஸ்ய ப்ர்ஃம்ச புருஷாதினி
யஸ்த்வா க்ருத்யே சகாரேஹ தத்வம் கச்ச புனர்நவே
அராதீ: க்ருத்யே நாஸய ஸவர்வாஸ்ச யாதுதாதன்ய
க்ஷிப்ரம்க்ருத்யே நிவர்த்தஸ்வ கர்த்துரேவ க்ருஹான் ப்ரதி
பஸூம் ஸ்சைவாஸ்ய நாஸய வீ ராம் ஸ்சாஸ்ய நிபர்ஹய
யஸ்த்வா க்ருத்யே ப்ரஜிகாக வித்வான் அவிதுஷோ க்ருஹான்

தஸ்யைவேத: பரேத்யாஸூதனும் க்ருதிபருத் பரு
ப்ரதீ சீம் த்வாபஸேதது ப்ரஹ்ம ரோசிஷ்ண்வமித்ரஹா
அக்னிஸ்ச க்ருத்யே ரக்ஷோஹா ரிப்ரஹசாஜ ஏகபாத்
யதா த்வாங்கிரஸ: பூர்வே ப்ருகவர்சாஸேதிரே
அத்ரயஸ்ச வஸிஷ்டாஸ்ச ததைவ த்வாபஸேதிம
யஸ்தே பரும்ஷி ஸம்ததென ரதஸ்வேவ விபுர்தியா
தம் கச்ச தத்ர தேஸயமஞாத ஸ்தே அயம் ஜ்ன:
தஸ்ய த்வம் த்ரோரி வோத்தோக்னிஸ்தனூம்ருச்ச ஸ்வஹேனிதா

பவா ஸர்வா தேவஹேளிமஸ்யத பாபக்ருத்வனே
ஹரஸ்வதீ த்வம் சக்ருத்யே மோச்சிஷஸ்தஸ்யகிம்சன
யோன: கஸ்சித்ருஹாராதிர்மனஸா ப்ரதி பூஷதி
தூரஸ்தோ வாந்தி கஸ்தோ வா தஸ்ய ஹ்ருத்யமஸ்ருக் பிப
யேனா ஸிக்ருத்யே ப்ரஹிதா தூட்யேனாமாஜ்ஜிகரம்ஸயா
தஸ்ய வ்யானச்சாவ்யானச்ச ஹினஸ்து ஹரஸாஸனி:
யே ந: சிவாஸ: பந்தான பராயநந்திபராவதம்
தைர் தேவி ராத்ர்யா: க்ருத்யா நோ கமயஸ்வானுக்ருத் தயே
யதி வைஷி த்விபத்யஸ்மான் யதி வைஷி சதுஷ்பதீ
நிரஸ்தேதோ வ்ரஜாஸ்மாபி: கர்த்துரஷ்டாபதீ க்ருஹான்
யோ ந: ஸபாதஸபதோ யஸ்ச ந: ஸபத: ஸபாத்
வ்ருக்ஷமிவ வித்யுதாஸூதமா மூலாதனுஸோஷய
யம் த்விஷ்மோ யஸ்சநோ த்வேஷ்டி அகாயுர்யஸ்ச ந: ஸபாத்
ஸூனே பிஷ: மிவ க்ஷாமாம் தம் ப்ரத்யஸ்ய ஸ்வம்ருத்யவே
யஸ்ச ஸாபத்ன: ஸபதோ ஸஸ்ச யாமீ ஸபாதி ந:
ப்ரஹ்மா சயத் க்ருத்த: ஸபாத் ஸர்வம் தத் க்ருத்யதஸ்பதம்
ஸபந்துஸ்சாப்ய பன்துஸ்ச யோ அஸ்மான் அபிதாஸதி

தஸ்யத்வ பிந்த்வதிஷ்டாய பதா விஸ்பூர்ய தச்சிர:
அபிப்ரேஹீ ஸஹஸ்ராக்ஷம் யுத்தவாது ஸபதம் ரதே
ஸத்ருனன்விச்சதீ க்ருத்யே வ்ருகீ வா விமதோ க்ருஹான்
பரிணோ வ்ருங்தி ஸபதான் தஹன்னக்னிரிவ ஹ்ரதம்
ஸத்னேவாபினோ ஜஹி திவ்யாவ்ருக்ஷமிவாஸனி :
ஸத்ருன்மே போத ஸபதத் க்ருத்யாஸ்ச ஸுஹ்ருதோ அஸுஹ்ருத்
ஜீஹ் மா: ஸ்லக்ஷ்ணாஸ்ச துர்ஹருத ஸமித்தம் ஜாதயே தஸம்
அஸபத்னம் புரஸ்தான்ன: ஸிவம் தக்ஷிணத: க்ருதி
அபயம் ஸததம் பஸ்சாத் பத்ரமூத்தரதேர் க்ருஹே
பரேஹிக்ருத்யே மாதிஷ்ட வித்தஸ்யேவ பதம் நய
ம்ருகஸ்ய ஹிம்ருகாரிப்ரோ நத்வா நீ கர்த்துமர்ஹதி
அன்த்ஸ்யேவ கோரரூபே விபுரூபே அவினாஸினி
ஜ்ரும்பிதா ப்ரதிக்ருஹ: ணீஷ்வ ஸ்வயமாதாய சாத்புதம்
த்வமிந்த்ரோ யமோ வருணஸ்வாமபோ அக்னிரதானில
த்வம் ப்ரஹ்மா சைவருத்ரஸ்ச த்வஷ்டா சைவ ப்ரஜாபாதி:
ஆவர்த்தத்வம் நிவர்த்ததவம் ருதவ: பரிவத்ஸரா:
அஹோராத்ராஸ்சாப்தாஸ்ச த்வம் திஸப்ரதிதிஸசமே
த்வம்யமம்வருணம் ஸோமம் திவமாபோ அக்னிரதாநிலம்
அத்ராஹ்ருத்ய பஸனாம்ஸ்சைவமுத்பாதயஸி சாத்புதம்
யே மே தமே தாருகர்ப்பே ஸயானம்
தியாஸஹிதம் புருஷம் நிஜஹ்ரு:
கும்பீ பாகம் நரகம் க்ரீவபத்தம்
ஹதா ஏவம் புருஷாஸோ யமஸ்ய
அப்யக் தாக்தா ஸ்வலங்க்ருதா ஸர்வம் நோதுரிதம் தஹா
ஜானீ தாஸ்சக்ருத்யானம் கர்தீருன் ந்ரூன் பாபசேதஸ:
யதா ஹந்தி புராஸீனம் ததைவேஷ்வா ஸுக்ருன்னர:
தத த்வயா யுளுவயம் நிக்ண்ம ஸ்தாஸ்னு ஜங்கமம்

உத்திஷ்டைவ பரே ஹீதோ அக்ஞாதே கிமிஹேச்சஸி
க்ரீவாஸ்தே க்ருத்யே பாதௌ சாபி க்ருத்ஸன்யாமி வித்ரவ
ஸ்வாயஸா: ஸந்திநோ அயஸோ வித்மசைவமபரூம்ஷிதே
தைஸ்தேநிக்ருண்மஸ்தான்யுக்ரே யதிநோஜீ வயஸ்வரீன்
மாஸ்யோச்சிஷோ த்விபதம் மோத கிம்சிச்சதுஷ்பதம்
மாக்ஞாதீ னனுஜான் பூர்வான்மாவேஸ ப்ரதிவேஸினௌ
ஸத்ருயதாப்ரஹீ தாஸி தூட்யேனாபி யதாயத:
நதஸ்ததாத்வா நுதது யோயமந்தர்மயி ஸ்ரித:
ஏவம்த்வம் நிக்ருதாஸ்மாபி ப்ரஹ்மணாதேவி ஸர்வஸ:
யதேதமாஸ்ரிதா கத்வா பாபதீனிவ நோ ஜஹி
யதாவித்யுத்ஹதோ வ்ருக்ஷ ஆமூலாதனுசுஷ்யதி
ஏவம் ஸப்ரதிஸுஷ்யது யோமே பாபம் சிகீர்ஷதி
யதா ப்ரதிஸுகோபூத்வா தமேவப்ரதிதாவதி
பாபம் தமேவம் தாவதுயோமே பாபம் சிகீர்ஷதி
யோந: ஸ்வோ அரணோ யஸ்ச நிஷ்ட்யோ ஜிகாம்ஸதி
தேவாஸ்தம் ஸுரவே தூர்வந்து ப்ரஹ்மவர்ம மமாந்தரம்
உத்வா மந்தந்து ஸ்தோமா: க்ருணுஷ்வராதோ அத்ரிவ:
அவ ப்ரஹ்ம த்விஷோ ஜஹி
குபேரதேமுகம் ரௌத்ரம் நந்தின்னார்னந்த மாவஹ
ஜ்வரம் ருத்யுரபயம் கோரம் விஸநாஸய மே ஜ்வரம்
யோமேகரோதி பரத்வாரே யோக்ருஹே யோ நிவேசநே
யோமே சேஸநகேகுர்யா தஞ்ஞனே தந்ததாவனே
ப்ரதிஸரதிப்ரதாவ குமாரீவ பிதுர்க்ருஹான்
முர்தான மேஷாம்ஸ்போடய பதமேஷாம் குலேக்ருதி:
யேநோரயிம் துஸ்சரிதாஸோ அக்னே
ஜஹ்ருர்மதீஸோ அன்ருதம் வதந்து:
தேஷாம் வபூம்ஷ்யர்ச்சிஷா ஜாதவேத:
ஸுஷ்கம் ந வ்ருக்ஷமபி ஸந்தஹஸ்வ
க்ருஷ்ணவர்ணேமஹத்ரூபே ப்ருஷத்பயே

தேவி தேவி மஹா தேவி சத்ருன் வினாசய

கட்பட் ஜஹி மஹாக்ருத்யே விதுமாக்னி ஸமப்ரபே

ஜஹிஸத்ருன் த்ரிஸுலேன க்ருத்யஸ்வ பிப சோணிதம்

யேத்ருஹ்யுர்ருஜவே மஹ்யமக்னே

கதாதியோ துர்மதா அஸ்மனாஸ:

ஆகத்யைதான் ஸோசிஷாவித்ய

தந்தூன் வைவஸ்வதஸ்ய ஸதனம் நயஸ்வ

இதி ப்ரத்யங்கிராஸுக்தம் ஸம்பூர்ணம்

ஸ்ரீ தேவ்யை நம:

ஸ்ரீ ப்ரத்யங்கிரா மாலா மந்த்ரம்

ஓம் ஹ்ரீம் ஈம் க்லௌம் ஸ்ரீம் ஸௌம் ஐம் ஹூம்

க்ருஷ்ண வஸநே ஸத ஸஹஸ்ர ஸிம்ஹவதநே

அஷ்டாதஸ புஜே மஹா பலே ஸத பராக்ரம பூஜிதே அஜிதே,

அபராஜிதே தேவி, பரத்யம்கிரே பரஸைந்ய, பரகர்ம

வித்வம்ஸிநீ பரமந்த்ர பரயந்த்ர, பர தந்த்ரோட்சாடநீ

பரவித்யா க்ராஸகரே ஸர்வ பூத தமநீ க்ஷம், க்லௌம்,

ஸௌம், ஈம் ஹரீம், க்ரீம், க்ராம் ஏஹயேஹி ப்ரத்யங்கிரே

சிதசித்ரூபே, ஸர்வ உபத்ரேவேப்ய: ஸர்வ க்ரஹ

தோஷேப்ய: ஸர்வ ரோகேப்ய: ப்ரத்யங்கிரே மாம் ரக்ஷ ரக்ஷ ஹ்ராம் ஹ்ரீம், ஹ்ரூம், ஹ்ரைம், ஹரௌம், ஹ்ர: க்ஷாம், க்ஷீம், க்ஷூம், க்ஷைம், க்ஷௌம், க்ஷ:

க்லாம்,க்லீம், க்லூம், க்லைம், க்லௌம், க்ல: ப்ரத்யங்கிரோ

பரப்ருஹ்ம மஹிஷி பரம காருணீகே ஏஹீ மம ஸரீரே

ஆவேஸய, ஆவேஸய, மம ஹ்ருதயே ஸ்புர, ஸ்புர,

மமாம்ஸே ப்ரஸ்புர, ப்ரஸ்புர, ஸர்வ துஷ்டானாம், வாசம்,

முகம்பதம் ஸ்தம்பய ஸ்தம்பய, ஜிஹ்வாம் கீலய கீலய,

புத்திம் விநாஸய விநாஸய, ப்ரத்யங்கிரே, மஹாகுண்டலிநி
சந்த்ரகலாவதம்ஸிநீ பேதாள, வாஹநே ப்ரத்யங்கிரே
கபாலமாலா தாரிணி த்ரிசூல வஜ்ராம்குஸ பாண,
பாணாஸந பாணிபாத்ர, பூரிதம் மம ஸத்ருஸ்ரோணிதம்
பிப, பிப மமஸத்ருன் மாம்ஸம் காதய காதய மம ஸத்ரூன்
தாடய: தாடய மம வைரீஜனான் தஹ தஹ மம வித்வேஷ
காரிணம் சீ க்ர மேவ பக்ஷய, பக்ஷய ஸ்ரீ ப்ரத்யங்கிரே பக்த
காருணீகே சீக்ரமேவ தயாம் குருகுரு, ஸத்யோஜ்வர
ஜாட்ய முக்திம் குருகுரு பேதாள, ப்ருஹ்ப்ம ராக்ஷஸாதீன்,
ஜஹி, ஜஹி, மம ஸத்ரூன் தாடய தாடய ப்ராரப்த ஸஞ்சித
க்ரிய மாணான் தஹ தஹ தூஷகான் ஸத்யோ தீர்க்க
ரோக யுக்தான் குருகுரு ப்ரத்யங்கிரே, ப்ராண ஸக்திமயே,
மம வைரி ஜநப்ராணான், ஹந ஹந மர்த்தய மர்த்தய
நாசய நாசய ஓம், ஸ்ரீம், ஹ்ரீம், க்ரீம்,ஸௌம், க்லௌம்,
ப்ரத்யங்கிரே, மஹாமாயே, தேவி, தேவி மம வாஞ்சிதம்,
குருகுரு, மாம் ரக்ஷரக்ஷ, ப்ரத்யங்கிரே ஸ்வாஹா

தேவி ப்ரத்யங்கிரா ஏகாக்ஷரி

ப்ரம்மா - ரிஷி: அநுஷ்டுப் - சந்த்:
தேவி ப்ரத்யங்கிரா - தேவதா:
ஓம் - பீஜம் : ஹரீம் - ஸக்தி:
மம அகில ப்ராப்த்யர்த்தே
ஜபே விநியோக:
ஹ்ராம் - இதி நியாஸம்.

தியானம்

ஆஸாம்பரா முக்தகசா கநச்சவி:
த்யேயா - ஸ - சர்மாஸி கராஹி பூஷணா

தம்ஷ்ரோக்ர வக்த்ராக்ர ஸிதா ஹிதான்வயா
ப்ரத்யங்கிரா ஸங்கர தேஜஸேரிதா

மூலம்

ஓம் ஹ்ரீம் ஹ்ராம் ஹ்ரீம் ஓம்.

(குருமுக உபதேசத்துடன்தான் இதை உச்சரிக்க வேண்டும்.)

ஸ்ரீ ப்ரத்யங்கிரா - வனதுர்கா சம்புடிகரண மந்த்ரம்

ஓம் க்ருஷ்ணவர்ணி ப்ருஹத்ரூபி, ப்ருஹத்கண்டி
மஹத்பயி, தேவி தேவி மஹா தேவி மம சத்ரூன்
வினாசய மம சத்ரூன் விநாச யோம் நம: ஓம் க்ஷம்
பக்ஷ ஜ்வாலா ஜிஹ்வே கராள தம்ஷ்ட்ரே
ப்ரத்யங்கிரே க்ஷம் ஹ்ரீம் ஹீம்பட் கட் பட்
ஜஹி மஹாக்ருத்யே விதூமாக்னி ஸம்ப்ரபே,
தேவி தேவி மஹே தேவி மம சத்ரூன் விநாசய
மம சத்ரூன் விநாசயோம் நம: ஓம் உத்திஷ்ட
புருஷி கிம் ஸ்வபிஷி பயம்மே ஸமுபஸ்திதம்
யதிசக்யமசக்யம் வா
தன்மே பகவதி ஸமய ஸ்வாஹா.

ஸ்ரீ ப்ரத்யங்கிரா அஷ்டோத்ரம்

ஸ்யாமாபாம் வேத ஹஸ்தாம் த்ரிநயனலஸிதாம்
ஸிம்ஹ வக்த்ரோர்த்வகேஸீம்,
சூலம் முண்டஞ்சஸர்ப்பம் டமரு
புஜயுதாம், குந்தளாரக்ததம்ஷ்ட்ராம்
ரக்தேஷ் வாலீட ஜிஹ்வாம் ஜ்வலத்
அநல காயத்ரி ஸாவித்ரி யுக்தாம்
த்யாயேத் ப்ரத்யங்கிராம் தாம் மரண
ரிபு விஷ வ்யாதி தாரித்ரிய நாஸாம்

ஓம்	ப்ரத்யங்கிராயை	நம:
ஓம்	ஓங்கார ரூபிண்யை	நம:
ஓம்	ஓங்கார ப்ரியாயை	நம:
ஓம்	விஷ்வ ரூபாயை	நம:
ஓம்	விரூபாக்ஷ ப்ரியாயை	நம:
ஓம்	ஜடா ஜூடதாரிண்யை	நம:
ஓம்	கபால மாலா அலங்க்ருதாயை	நம:
ஓம்	நாகேந்த்ர பூஷணாயை	நம:

ஓம்	நாக யக்ஞோபவீத தாரிண்யை	நம:
ஓம்	ஸகல ராக்ஷஸ நாசின்யை	நம:
ஓம்	ஸ்மஸான வாஸின்யை	நம:
ஓம்	குஞ்சித கேசின்யை	நம:
ஓம்	கபால கட்வாங்க தாரிண்யை	நம:
ஓம்	ரக்தநேத்ர ஜ்வாலின்யை	நம:
ஓம்	சதுர் புஜாயை	நம:
ஓம்	சந்த்ரஸஹோதர்யை	நம:
ஓம்	ஜ்வாலா கராள வதநாயை	நம:
ஓம்	பத்ரகாள்யை	நம:
ஓம்	ஹேமவத்யை	நம:
ஓம்	நாராயண ஸமாச்ரிதாயை	நம:
ஓம்	சிம்ம முகாயை	நம:
ஓம்	மஹிஷாஸுர மர்தின்யை	நம:
ஓம்	தூம்ர லோசனாயை	நம:
ஓம்	சங்கரப்ராண வல்லபாயை	நம:
ஓம்	லக்ஷ்மீ வாணீ ஸேவிதாயை	நம:
ஓம்	க்ருபா ரூபிண்யை	நம:
ஓம்	க்ருஷ்ணாங்க்ர்யை	நம:
ஓம்	ப்ரேதவாஹனாயை	நம:
ஓம்	ப்ரேத போஜின்யை	நம:
ஓம்	ஸிவாநுக்ரஹ வல்லபாயை	நம:
ஓம்	பஞ்சப்ரேதாஸனாயை	நம:
ஓம்	மஹாகாள்யை	நம:
ஓம்	வனவாஸின்யை	நம:
ஓம்	அணிமாதிகுண ஆஸ்ரயாயை	நம:
ஓம்	ரக்தப்ரியாயை	நம:
ஓம்	ஸாக மாம்ஸப்ரியாயை	நம:
ஓம்	நரஸிரோ மாலாலங்க்ருதாயை	நம:

ஓம்	அட்டஹாஸின்யை	நம:
ஓம்	கராள வதனாயை	நம:
ஓம்	லலஜ் ஜிஹ்வாயை	நம:
ஓம்	ஹ்ரீம் காராயை	நம:
ஓம்	ஹ்ரீம் விபூத்யை	நம:
ஓம்	சத்ரு நாஸின்யை	நம:
ஓம்	பூத நாஸின்யை	நம:
ஓம்	ஸகல துரித விநாஸின்யை	நம:
ஓம்	ஸகல ஆபந்நாஸின்யை	நம:
ஓம்	அஷ்ட பைரவஸேவிதாயை	நம:
ஓம்	ப்ரம்ம விஷ்ணு சிவாத்மிகாயை	நம:
ஓம்	புவனேஸ்வர்யை	நம:
ஓம்	டாகிநீ பரிஸேவிதாயை	நம:
ஓம்	ரக்தான்ன ப்ரியாயை	நம:
ஓம்	மாம்ஸ நிஷ்டாயை	நம:
ஓம்	மதுபான ப்ரியோல்லாஸின்யை	நம:
ஓம்	டமருக தாரிண்யை	நம:
ஓம்	பக்த ப்ரியாயை	நம:
ஓம்	பரமந்த்ர விதாரிண்யை	நம:
ஓம்	பரயந்த்ர நாஸின்யை	நம:
ஓம்	பரக்ருத்ய வித்வம்ஸின்யை	நம:
ஓம்	மஹாப்ராஜ்ஞாயை	நம:
ஓம்	மஹா பலாயை	நம:
ஓம்	குமார கல்பஸேவிதாயை	நம:
ஓம்	ஸிம்ஹ வாஹனாயை	நம:
ஓம்	ஸிம்ஹ கர்ஜின்யை	நம:
ஓம்	பூர்ண சந்த்தநிபாயை	நம:
ஓம்	த்ரிநேத்ராயை	நம:
ஓம்	பண்டாஸுர நிஷேவிதாயை	நம:

ஓம்	ப்ரஸன்ன ரூபதாரிண்யை	நம:
ஓம்	புக்தி முக்தி பலப்ரதாயை	நம:
ஓம்	ஸகலைஸ்வர்ய தாரிண்யை	நம:
ஓம்	நவக்ரஹரூபிண்யை	நம:
ஓம்	காமதேனு ப்ரகர்பாயை	நம:
ஓம்	யோக மாயா யுகந்தராயை	நம:
ஓம்	குஹ்ய வித்யாயை	நம:
ஓம்	மஹாவித்யாயை	நம:
ஓம்	ஸித்த வித்யாயை	நம:
ஓம்	கட்க மண்டல ஸுபூஜ்யாயை	நம:
ஓம்	ஸாலக்ராம நிவாஸின்யை	நம:
ஓம்	யோநி ரூபிண்யை	நம:
ஓம்	நவயோநி சக்ராத்மிகாயை	நம:
ஓம்	ஸ்ரீ சக்ர ஸுசாரிண்யை	நம:
ஓம்	ராஜ ராஜ ஸுபூஜிதாயை	நம:
ஓம்	நிக்ரஹ அனுக்ரஹாயை	நம:
ஓம்	சாப அனுக்ரஹ காரிண்யை	நம:
ஓம்	பாலேந்து மௌளி ஸேவிதாயை	நம:
ஓம்	கங்காதர லிங்கிதாயை	நம:
ஓம்	வீரரூபாயை	நம:
ஓம்	வராபயப்ரதாயை	நம:
ஓம்	வஸுதேவ விசாலாக்ஷ்யை	நம:
ஓம்	பர்வதஸ்தன மண்டலாயை	நம:
ஓம்	ஹிமாத்ரி நிவாஸின்யை	நம:
ஓம்	துர்கா ரூபாயை	நம:
ஓம்	துர்கா துர்கார்த்தி ஹாரிண்யை	நம:
ஓம்	ஈஷணத்ரய நாசிந்யை	நம:
ஓம்	மஹாபீக்ஷணாயை	நம:
ஓம்	கைவல்ய பலப்ரதாயை	நம:

ஓம்	ஆத்ம ஸம்ரக்ஷிண்யை	நம:
ஓம்	ஸகல சத்ரு விநாஸின்யை	நம:
ஓம்	ஸகலாரிஷ்ட விநாஸின்யை	நம:
ஓம்	நாகபாஸ தாரிண்யை	நம:
ஓம்	ஸகல விக்னநாஸின்யை	நம:
ஓம்	பரமந்த்ர யந்த்ர ஆகர்ஷணாயை	நம:
ஓம்	ஸர்வதுஷ்டப்ரதுஷ்ட ஸிரச்சேதின்யை	நம:
ஓம்	மஹா மந்த்ர யந்த்ர, தந்த்ர அக்ஷிண்யை	நம:
ஓம்	ப்ரேத போஜின்யை	நம:
ஓம்	நீலகண்டின்யை	நம:
ஓம்	கோர ரூபிண்யை	நம:
ஓம்	ஹ்ரீம் விபூத்யை	நம:
ஓம்	விஜயாம்பாயை	நம:
ஓம்	தூர்ஜடின்யை	நம:
ஓம்	மஹாபைரவ ப்ரியாயை	நம:

ஸ்ரீ மஹா பத்ரகாளி ப்ரத்யங்கிராயை நமோ நம:

ப்ரத்யங்கிரா கவசம்

ஹ்ரீம் ஓம்

தேவதேவ மகாதேவ ஸர்வக்ஞா கருனா நிதே ப்ரத்யங்கிராயா:

கவசம் ஸர்வ ரக்ஷாகாம் க்ஷுந்ருணம்

ஜகன் மாங்கலிகம் நாம் பிரசித்தம் புவனத்ரயே

ஸர்வ ரக்ஷாகரம் ந்ருணாம் ரகஸ்யமபி தத்வய

சிவ உவாச

ஸ்ருணு கல்யாணி வக்க்ஷ்யாமி கவசம் சத்ரு நிக்ரஹம் |
பர ப்ரேக்ஷித கர்மாணி தத்ர சல்யாதி வக்க்ஷணம் ||

மஹாபிக்ஷார சமணம் ஸர்வ கார்ய ப்ரதம் ந்ருணம் |
பரசேனா சமூகேச ராக்ஞா முக்திஸ்ய மண்டலாத் ||

ஜபமாத்ரேண தேவேசி சம்ய உச்சாடணம் பவேத் |
ஸர்வ தந்த்ர பிரசமனம் காராக்ருஹ விமோசனம் ||

க்ஷயா பஸ்மார குக்ஷ்டாதி தாப ஜ்வர நிவாரணம் |
புத்ரதம் தனதம் ஸ்ரீதம் புண்யதம் பாபநாசனம் ||

வஸ்ய ப்ரதம் மஹாசாக்யாம் விசேஷா சத்ருநாஸனம் |
ஸர்வ ரக்ஷா பரம் சூண்ய க்ரஹ பீடா விநாசனம் ||

பிந்து த்ரிகோணம் த்வத பஞ்சகோணம் தளாஷ்டகம் |
ஷோடச பத்ர வருத்தம் மஹிபுரேணாவ்ருத மம்புஜாஷி ||
லிகேத் மனோரஞ்ஜன மக்ர தோபி ||

யாம் யாம் புரீம் யாதி ரிபு ப்ரயோகாத் |
ஸ்வதம் நிவ்ருத்யா ரகுநாத பீஜாத் ||

மஹி புராத் பூர்வ மேவ த்வாத்ரிம்ச பத்ர மாலிகேத் |
அந்தரே பூபுரம் லேக்யம் கோஸக்ரே கராம் ச மர்லிகேத் ||

பத்ரகாளி மணும் லேக்யம் மந்த்ரம் ப்ரத்யங்கிராத் மகம் |
பத்ரகாளி யுக்த மார்க்கேண பூஜ்யாம் ப்ரத்யங்கிராம் சிவாம் ||

ரகத் புக்ஷ்பைர் சமர்ப்யச்ச கவசம் ஜபமாசரேத் |
சக்ருத் படன மாத்ரேண ஸர்வ சத்ரூன் விநாசயேத் ||

ஸத்ர வச்ச பாலாயந்தே தஸ்ய தர்ச்சன மாத்ரத: |
மாஸ மாத்ரம் ஜபேத் தேவி ஸர்வ சத்ரூன் விநாசயேத் ||

யாம் கல்பயந்தி ப்யதிசம் ரக்ஷேத் காளி த்வதர்விணீ |
தக்ஷேத் கராளத் வாக்னேயாம் ஸதாமாம் சிம்ஹவாஹினி ||

யாம் யாம் திசம் சதா ரக்ஷேத் கச்ச ஜ்வலா ஸ்வரூபிணி |
நைருத்யாம் ரக்ஷது ஸதா மாஸ்மாம் ருச்ரோ அனாகச ||

வாருண்யாம் ரக்ஷது மம ப்ரஜாம் ச புருஷார்த்தினி |
வாயுவ்யாம் ரக்ஷது ஸதா பாது தான்யோ மம அகிலாகா ||

தம்ஷ்ட்கா கராள வதனா கௌபேர்யாம் படபானலா |
ஈசான் யாம் மே ஸதா ரக்ஷேத்வீ னாம் ச சன்யாஞ்நிபர்ஹயா ||

உக்ரா லக்ஷேத் தாதோ பாஹே மாயா மந்த்ர ஸ்வரூபிணி |
ஊர்த்வம் கபாலினி ரக்ஷேத்க்ஷம் ஹ்ரீம் ஹூம் பட் ஸ்வரூபிணி ||

அதாமே விதிசம் ரக்ஷேத் குருகுல்லா கபாலினி |
பிரவித் சித்தா சதா ரக்ஷேத் திவாராத்ரம் விரோதினி ||

குருகுல்லாதுமே புத்ரான் பாந்தவானுக் கிஹரூபிணி |
பிரவிதீப்த க்ரஹ ரக்ஷேத் மதா புத்ராம் சர்வ மாத்ருஜான் ||

ஸ்வப்ருத்யான் மே ஸதா ரக்ஷேத் பயாத் ஸாமே பசுதனாத் |
அஜிதாமே சதா ரக்ஷேத் அபராஜித காமதா ||

கேசம் ரக்ஷேத் சகா ப்ராணி த்விநேத்ரா காசராத்ரிகா |
ஹாலம் பாது மஹாக்ரூரா வேககேசி சிரோருஹான் ||

ப்ரூவ்மே க்ரூரவதனா பாயா சண்டி பிரசண்டிகா |
ஸ்ரொத்ர யோர்யகளம் பாது ததா மே சங்ககுண்டலா ||

ப்ரேத சித்யாசன தேவி பாயான் நேத்ராயுகம் மம |
மம நாஸாயுகத் வந்த்வம் ப்ரஹ் ரோக்ஷஸ்ணு மித்ர: ||

கபோளே மேசதா பாது ப்ருகவச்சாவ சேதிரே |
ஊர்த்தௌஷ்டம் து ஸதா பாது ததச்யேவ விபுர்த்தியா ||

அதர்வோஷ்டம் சதாபாது ஆக்ஞா தஸ்தே வசோஜன: |
தந்த பங்க்தி த்வம் பாது ப்ரஹ்ம ரூபி கராஸினி ||

வாசம் வாக்கீஸ்வரீ ரக்ஷே த்ரசணாம் ஜனனி மம |
கபகம் பாதுமே இந்திராணி தனூ வ்ருச்சஸ்வ கேளிகா ||

கர்ணஸ்தானம் மம சதா ரக்ஷதாம் கம்புகந்தரா |
கண்டத்வனீம் ஸதா பாது நாதப்ரஹ்ம மயீ மம: ||

ஜடரம் நேந்திர: புத்ரி மே வச்ஷ: பாது காந்தினி |
பாதுமே புஜயோர் மூலம் ஜாதவேத ஸ்வரூபிணி ||

தக்ஷிணாம் மே புஜம் பாது சததம் காளராத்ரிகா |
வாமம் புஜம் வாமகேசி பராயந்தி பராவதி ||

பாதுமே கூர்பூரத்வந்தம் மனஸ்தத்வா பிதா சதி |
வாசம் வாகீஸ்வரி ரக்ஷயே த்ரசனாம்: ஜனனி மம ||

வஜ்ரேஸ்வரி ததா பாது ப்ரக்ரோஷ்ட யுகளம் மம |
மணித்வயம் சதா பாது தூம்ரா சத்ரு ஜிகாம்சயா ||

பாயா கரதராத் வந்தம் கதம்ப வனவாசினி |
வாம பாண்யங்குலி பாது ஹினஸ்தி பரசாசனம் ||

ஸ்வய பாண்யங்குலி பாது யதவைசி சதுஸ்பதி |
நாபிம் நித்யா ஸதா பாது ஜ்வாலா பைரவ ரூபிணி ||

பஞ்சாசத்பீட நிலயா பாதுமே பார்ச்வயோர் யுகழ் |
ப்ரிஷ்டிம் ப்ரக்னேஸ்வரி பாது கடிம் ஸ்வஸ்த நிதம்பிணி ||

குஹ்யா ஆனந்தரூபா வ்யாகண்டம் ப்ரஹ்மாண்ட நாயகி |
பாயான் மம புதஸ்தானான் இந்து மௌளி மணஸ் சுபா ||

பீஜம் மம சதா பாது துர்கா துர்கார்த்தி ஹாரிணி |
ஊருமேபாது சாந்தாதாத்மத்வம் ப்ரத்யச் யஸ்லம்ருத்யவே ||

வாணி துர்கா ஸதாபாது ஜானுளி வனவாஸினி |
ஜங்கா கண்டத்வயம் பாது யஸ்யஜாமீ சபாதிநா: ||

குல்பயோர் யுகம் பாது யோஸ்மான் த்வேஷ்டி வதஸ்வதம் |
பதந்வந்துவம் சதாவியான்மே பத்மா விஸ்பார்ய தத்சித : ||

கபிப்ரேஹி ஸஹ ப்ராக்ஷா பாதயோர் யுகளம் மம |
பாயான் மம பதத்துவந்தம் வகன்னஹ்னி சிவக்ரஹம் ||

ஸர்வாங்கம் பாது வாணீயா ஸர்வ ப்ரஹ்ருதி ரூபிணி |
மந்த்ரம் ப்ரத்யாங்கிரா க்ருத்யா க்ருத்யா ச ஸ்ருக்ருதோ ||

பரா பிக்ஷாரா க்ருத்யாத்மா சமீதம் ஐதா வேதசம் |
ப்ரப்ரேத சல்யாத்மே தமிதோ நாசயாம்மசி ||

வ்ருஷாதி பிரதிரூபாத்மா சிவம் தக்ஷிண தஸ்ம்ருதி |
அபயம் சததம் பஸ்யாத் வத்ர உத்தரதோக்ருயே ||

பூமிபிரேத பிசாஸ்யான் பிரேசிதான் ஜாஹிமாம் |
பூதபிரேத பிசாசாதி பர தந்த்ர விநாசினி ||

பராபிசார சமணி தாரணாத் ஸர்வஸித்திதாம் |
பூர்ஜபத்ரே ஸ்வர்ணபத்ரேலிகித்வா தாரயேத்யதி ||

ஸர்வ ஸித்தி மவாப்னோதி ஸர்வத்ர விஜயவீ பவேத் |
ஏக வ்ருத்திம் ஜபேத் தேவி ஸர்வ ருஜ்யபதா பவேத் ||

பத்ரகாளி பிரசன்னா பூதாதிஷ்ட பலாபவேத் |
பந்திக்ரே சப்ர ராத்ரம் சோரே த்ரவ்யே ச ராஷ்ட்ரகம் ||

மஹா ஜ்வரே ஸப்த ராத்ரம் உச்சாடணே மாஸ மாத்ருகா |
மஹா வியாதி நிவ்ருத்திஸ்ய மண்டலம் ஜபம் மாசரேத் ||

புத்ரகார்யே மாஸ மாத்ரம் மஹா சத்ருத்வ மண்டலாத் |
யுத்தகார்யே மண்டலம் ஸ்வாத்தார்யம் ஸர்வே ஸுகர்மசு ||

அஸ்மின் யக்ஞே சமா வாஹ்ய ரக்தபுஷ்பை சமர்சயேத் |
நத்வா நகர்து மர்ஹசி இஷு ரூபே க்ருஹாத்ஸதா ||

ஸாத்தாலயே ஸக்ஷுஷ்வதே ஸக்ருஹே கேஹளிஸ்தளே |
நிகநேத்யம் யீ தரிசல்யாதி ததத்தம் ப்ராப்பயாஸுமே ||

மாசோ சிஷ்டஸ்ச த்விபதமேவ கிஞ்சித் சதுஸ்பதம் |
மாக்யாதி ரணுஜானஸ்யான்மா சாவேசி ப்ரவேசின: ||

பலே ஸ்வப்னஸ்தளே ரக்ஷேத் யோமே பாபம் சிகிஸ்சதி |
ஆபாதமஸ்தகம் ரக்ஷேத்துமேவ ப்ரதிதாவது ||

ப்ரதிசர ப்ரதிதாவது குமாரா இவ ப்ருத்ருக்ரஹான் |
மூர்த்தான் வேசாம் ஸ்போடய வதாம் ஏ சாம் குலே கஹி ||

யோமே மனஸா வாசா யச்ச பாபம் சிகிசதி |
தத்ஸர்வம் ரக்ஷசான் தேவி ஜஹி ஸத்ரூன்தசதா மம ||

கட்பட்ஜஹி மஹா க்ருத்யே விதூமாக்னி ஸமப்ரவே |
தேவ தேவி மஹாதேவி மம சத்ருண் விநாசய ||

த்ரிகாலம் ரக்ஷமாம் தேவி படதாம் பாப நாசனம் |
ஸர்வ சத்ரு க்ஷயகரம் ஸர்வ வியாதி விநாஸனம் ||

இதம் து கவசம் ஞாப்த்வா ஜபேத் ப்ரத்யங்கிரா ரூசம் |
ஸதலக்ஷம் ப்ரஜ்ஸ்த் வியாபி தஸ்ய வித்யான ஸித்யதி ||

மந்த்ரஸ்யரூபா கவசம் ஏக காலம் படேத் ஜதி |
பத்ரகாளி பிரசன்னாத்மா ஸர்வாபீஷ்டம் ததாபி ||

மஹாபந்தோ மஹாரோஹி மகா கிரந்த்யாதீ பீடனே |
கவசம் பிரதமம் ஜப்த்வா பச்சாத் த்ருக ஜபமாசரேத் ||

பக்ஷாமாத்ரா ஸர்வரோகா நஸ்யந்தியே வஹி நிச்சயம் |
மஹா தன ப்ரதம் பும்ஸாம் மஹா துஸ்வப்பண நாஸணம் ||

ஸர்வமங்களதம் நித்யம் வாஞ்சி தார்த்தபலப்ரதம் |
க்ருத்யாதி ப்ரோஷிதே கரஸ்தே புரஸ்தாத் ஜுஹு யாத்யதி ||

ப்ரேஷிதம் ப்ராப்ய ஜுடிதி விநாஸம் ப்ரததாதி: |
ஸக்ருஷோக்த விதானேன் ப்ரதிஷ்டாப்ய ஹீ தாஸனம் ||

த்ரிகோண குண்டேசா வாஹ்ய ஷோடசைர் உபசாரத: |
யோமே சுரோதி மந்த்ரேண கட்பட ஜிஹிதீ மந்த்ரத: ||

ஹுனே தையுத மாத்ரேன யந்த்ரஸய புரதோ த்வி: |
ஷாணா தாவேச மாப்னாதி பூத க்ரஸ்த களேபரே ||

விபீத கமசாமார்கம் விஷவ்ருஷ சமுத்பவம் |
குலூசீ ம் விகதம் காநதமம் கோலம் நிம்ப விருஷ்சகம் ||

த்ரிகடும் சர்ஷபம் சிக்ரும் லசுனம் ராமகம் பலம் |
பஞ்சரு பிச்சு சம்பாத்ய ஆசார்ய சகித சுசி: ||

தனமேவ சஹஸ்ரம் து ஹுணேத்யதி சமாஹித: |
சசத்ரு மித்ர புத்ராதி யுக்தோ யமபுரீம் ரஜேத் ||

சத்ருக்ருத்யே சைவ மேவ ஹுனேத்யதி சமாஹித: |
சசத்ரு மித்ர புத்ராதி யுக்தோ யமபுரீம் ரஜேத் ||

ப்ரஹ்மாபி ரக்ஷிதும் நைவ சக்தய: பிரதிநிவர்த்தன |
மகத்கார்ய ஸமாஅயாகே ஏவ மேவம் ஸமாசரேத் ||

தத் கார்யம் ஸபவம் ப்ராப்ய வாஞ்சிதான் லபதே ஸுதீ: |
இதம் ரஹஸ்யம் தேவேஸீம் மந்த்ரயுக்தம் தவாநகே ||

சிஷ்யாயா பக்தியுக்தாயா வக்தவ்யம் நாண்மே வஹி |
நிகும்பளா இந்திர ஜிதா க்ருதம் ஜய ரிபுஷயேத் ||

ஸ்ரீ ப்ரத்யங்கிரா கவசம் சம்பூர்ணம்.

ஸ்ரீ ப்ரத்யங்கிரா அதர்வண பத்ரகாளீ மந்த்ர ஜபவிதானம்

அஸ்யஸ்ரீ அதர்வண பத்ரகாளீ மஹாமந்த்ரஸ்ய ப்ரத்யங்கிரஸ ரிஷி: அனுஷ்டுப் சந்த: அதர்வண பத்ரகாளீ தேவதா. க்ஷம்பீஜம் ஹும்சக்தி பட்கீலகம் மம ஸர்வதுரித நிவ்ருத்யர்த்தே ஜபே வினியோக:

கரநியாசம்:

ஓம் க்ஷம் - அங்குஷ்டாப்யாம் நம:

ஓம் பக்ஷ - தர்ஜனீப்யாம் நம:

ஓம் ஜ்வாலஜிஹ்வே - மத்யமாப்யாம் நம:

ஓம் கராளதம்ஷ்ட்ரே - அனாமிகாப்யாம் நம:

ஓம் ப்ரத்யங்கிரே - கனிஷ்டிகாப்யாம் நம:

ஓம் க்ஷம் ஹ்ரீம் ஹும்பட் - கரதல கரப்ருஷ்டாப்யாம் நம :

அங்க நியாசம் :

ஓம் க்ஷம் - ஹ்ருதயாய நம:

ஓம் பக்ஷ - சிரஸே ஸ்வாஹா

ஓம் ஜ்வால ஜிஹ்வே - சிகாயை வஷட்

ஓம் கராளதம்ஷ்ட்ரே - கவசாய ஹூம்
ஓம் ப்ரத்யங்கிரே - நேத்ரத்ரயாய வௌஷட்
ஓம் க்ஷம் ஹ்ரீம் ஹூம்பட் - அஸ்த்ராய பட்

பூர்புவஸ்ஸுவரோமிதி இதி திக்பந்த :

ஸ்ரீ ப்ரத்யங்கிரா பஞ்சதசீ ஸ்தோத்திரம்

ப்ரத்யங்கிரே நமஸ்துப்யம்; ஸர்வசத்ருவிநாசினீ
ப்ரயச்சப்ரயச்ச சீக்ரம் மே; பத்ரகாளீ நமோஸ்துதே ||
ஸிம்மவ்யாக்ரவாஹினீ தேவீ; ஸிம்மாஸன ஸம்ஸ்திதே
ஸிந்தூராருண விக்ரஹே தேவீ; ப்ரத்யங்கிரே நமோஸ்துதே ||
மங்கள ரூப தர்சினீ தேவீ; மங்கள வாரப்ரதாயினீ,
மந்த ஹாஸ முகீ தேவீ; ப்ரத்யங்கிரே நமோஸ்துதே ||
யோகிஹ்ருதய ஸ்திதே தேவீ; யோக க்ஷேமகாரினி
த்யான மானஸ வாஸிநீ தேவீ; ப்ரத்யங்கிரே நமோஸ்துதே ||
யோகாரூட வந்திதே தேவீ; யோக மாயாஸ்வரூபிணீ,
ஓம் ஸ்கந்தாஸ்ரம வாஸிநீ தேவீ; ப்ரத்யங்கிரே நமோஸ்துதே ||
அதர்வணவேத பத்ரகாளி, அணி மாதிஸித்திப்ரதே,
அரூபரூப தர்சினீதேவீ; ப்ரத்யங்கிரே நமோஸ்துதே ||
அகண்ட ஜோதி ஸ்வரூபிணீ தேவீ; அத்வைத தத்வஸ்வரூபிணீ,
அகிலாகம ஸேவிதே தேவீ; ப்ரத்யங்கிரே நமோஸ்துதே ||
ஆதாரபூதே த்வாம் தேவீ; ஆதி குருஸ்வரூபிணீ,
அனந்த ரூபிணீத்வாம் தேவீ; ப்ரத்யங்கிரே நமோஸ்துதே ||
ஸகல லோக பரிபாலினீதேவீ; வரதாபய ஹஸ்த சோபிதே
வாக்விலாஸ காரிணீ தேவீ; ப்ரத்யங்கிரே நமோஸ்துதே ||
கோர ராக்ஷஸ நாசினீதேவீ; கோர ஸம்ஸார மோசினீ,
கோவிந்த ஸோதரீ தேவீ; ப்ரத்யங்கிரே நமோஸ்துதே ||

ஸகல லோக ஸம்பூஜிதே தேவீ, ஸகலமந்த்ர ப்ரதாயினி,

ஸர்வரோக விநாசினீ தேவீ; ப்ரத்யங்கிரே நமோஸ்துதே ||

ஸர்வபாப விநாசினீ தேவீ; ஸர்வ துக்க நிவர்த்தினீ,

ஸகல யந்திர ஸ்வரூபிணி தேவீ; ப்ரத்யங்கிரே நமோஸ்துதே ||

ரக்தவர்ண வஸ்த்ர ப்ரியே நவரத்ன மணி மகுட சோபிதே

குங்குமார்ச்சன ப்ரியே தேவீ; ப்ரத்யங்கிரே நமோஸ்துதே ||

க்லீம்கார மநித்ர ப்ரியே தேவீ; க்லீம்காரத்யான ப்ரதாயினீ,

க்லீம் காராக்ஷர ரூபிணி தேவீ; ப்ரத்யங்கிரே நமோஸ்துதே ||

ஸ்ரீமத் சந்த்ரசேகரேந்த்ர, ஸ்ரீமத் சாந்தானந்த, யதிராஜஸுபூஜிதே,

ஓம் ஸ்கந்தாஸ்ரம சரபேஸ்வர வல்லபே தேவீ; ப்ரத்யங்கிரே நமோஸ்துதே.

அருள்மிகு ப்ரத்யங்கிரா தேவி போற்றிகள்

(8 போற்றிகள்)

1. ஓம் அச்சம் அகற்றும் அன்னை போற்றி
2. ஓம் சிங்க வாகனச் சிறப்பே போற்றி
3. ஓம் சுகம்தரச் சுடரும் விழியே போற்றி
4. ஓம் தேவரும் வணங்கும் தேவி போற்றி
5. ஓம் முக்கண் சுடரும் முதல்வி போற்றி
6. ஓம் முற்றுச்சொல்லாய் முடிப்பாய் போற்றி
7. ஓம் யோகத்தமிழாய் உதிப்பாய் போற்றி
8. ஓம் வெற்றிவேல் தடக்கையாய் போற்றி போற்றி

16 போற்றிகள்

1. ஓம் அச்சம் அகற்றும் அன்னை போற்றி
2. ஓம் எல்லா சித்தியும் இயற்றுவாய் போற்றி
3. ஓம் குருநாடிக்குரிய கொடியே போற்றி
4. ஓம் கொடியோர் கொடுமை குலைப்பாய் போற்றி

5. ஓம் ஓம் சுமங்கலியாகும் வடிவே போற்றி
6. ஓம் நஞ்சை முறிக்கும் நலமே போற்றி
7. ஓம் பளிங்கில் நூல்போல் பொலிவாய் போற்றி
8. ஓம் பிரிவற நிற்கும் பிடியே போற்றி
9. ஓம் பூசல் புணர்க்கும் புகழே போற்றி
10. ஓம் பெரியதற்கெல்லாம் பெரியாய் போற்றி
11. ஓம் மலையினும் திண்ணிய மலரே போற்றி
12. ஓம் மனத்தின் உன்னத மணியே போற்றி
13. ஓம் முச்சொல் முடிவில் முனைவாய் போற்றி
14. ஓம் வாக்குத் தமிழாய் வருவாய் போற்றி
15. ஓம் விருப்பம் முடிக்கும் விசையே போற்றி
16. ஓம் வெற்றிவேல் தடக்கையாய் போற்றி போற்றி

108 போற்றிகள்

1. ஓம் அச்சம் அகற்றும் அன்னை போற்றி
2. ஓம் அத்திரி முனிவர்க்கு அருளினை போற்றி
3. ஓம் அரனை விரும்பும் அரிவை போற்றி
4. ஓம் இசை உணர்வே பிராமி போற்றி
5. ஓம் இனிமை அருளும் இன்பமே போற்றி
6. ஓம் உண்பொருளாகும் சாகம்பரீ போற்றி
7. ஓம் உண்மை ஞான ஒளியே போற்றி
8. ஓம் உண்மை வாய்மை உருவே போற்றி
9. ஓம் எங்கும் ஆளுமை ஆவாய் போற்றி
10. ஓம் எங்கும் இல்லாதே இருப்பாய் போற்றி
11. ஓம் எல்லா ஆற்றலும் ஆவாய் போற்றி
12. ஓம் எல்லா சித்தியும் இயற்றுவாய் போற்றி
13. ஓம் எல்லா நலமும் ஆவாய் போற்றி
14. ஓம் எல்லா நிறமும் ஆவாய் போற்றி

15. ஓம் எளியார்க்கு எளிதாய் இயங்குவாய் போற்றி
16. ஓம் ஒளியில் ஒளியாய் ஒளிர்வாய் போற்றி
17. ஓம் கலைகள் உணர்த்தும் கலைமகள் போற்றி
18. ஓம் காமாட்சியாகிய கண்ணி போற்றி
19. ஓம் காமுறக் காரணம் ஆவாய் போற்றி
20. ஓம் காரணமின்றியும் காக்கும் சாம்பவி போற்றி
21. ஓம் குண்டலியாகக் குவிவாய் போற்றி
22. ஓம் குணமற்றதாயும் குருகுவாய் போற்றி
23. ஓம் குருநாடிக்குரிய கொடியே போற்றி
24. ஓம் குமரனைத் தந்த குமாரீ போற்றி
25. ஓம் குரோதம் குரையா மகேசி போற்றி
26. ஓம் கொடியோர் அழிக்கும் கொற்றவை போற்றி
27. ஓம் கொடியோர் கொடுமை குலைப்பாய் போற்றி
28. ஓம் கொம்பில் பற்றும் பொடியே போற்றி
29. ஓம் கோள்நிலைப் பலன்கள் கொடுப்பாய் போற்றி
30. ஓம் கண்டரைச் சாய்த்த சண்டி போற்றி
31. ஓம் சிங்க வாகனச் சிறப்பே போற்றி
32. ஓம் சிவனார்க்குரிய சக்தி போற்றி
33. ஓம் சுகம்தரச் சுடரும் விழியே போற்றி
34. ஓம் சுகமெலாம் நிறைந்த சுடரே போற்றி
35. ஓம் சுடரில் மின்னும் சுடரே போற்றி
36. ஓம் சுமங்கலியாகும் வடிவே போற்றி
37. ஓம் சுருக்கம் உணர்த்தும் கௌமாரி போற்றி
38. ஓம் சூலம் ஏந்தும் சுடரே போற்றி
39. ஓம் செம்மை சிறந்த திருவே போற்றி
40. ஓம் செயல் வகையாகிய திறமே போற்றி
41. ஓம் செயலுக்கு உரிய முயற்சியே போற்றி
42. ஓம் சோதி வட்டச் சுயம்பே போற்றி

43. ஓம் தடையை விலக்கும் தாயே போற்றி
44. ஓம் தமோ குணத்தைத் தவிர்ப்பாய் போற்றி
45. ஓம் தாமரை வடிவத் தாயே போற்றி
46. ஓம் தாமரை வாழும் செல்வி போற்றி
47. ஓம் தாமரை விரும்பும் தளிரே போற்றி
48. ஓம் தாய்மை சிறக்கும் விளக்கே போற்றி
49. ஓம் தாரா எண்ணம் தாயே போற்றி
50. ஓம் திருவருள் துர்க்கா பரமே போற்றி
51. ஓம் தீர்த்தமாகத் தெளிவாய் போற்றி
52. ஓம் தூய்மை விளக்கும் துறையே போற்றி
53. ஓம் தேவரும் வணங்கும் தேவி போற்றி
54. ஓம் தொடரும் தொடர்புத் தொகையே போற்றி
55. ஓம் தொண்டர்கள் துன்பம் துடைப்பாய் போற்றி
56. ஓம் நஞ்சை முறிக்கும் நலமே போற்றி
57. ஓம் நல்லோர்க்கு உதவும் நங்கை போற்றி
58. ஓம் நலந்தரு நாண நங்கை போற்றி
59. ஓம் நன்மை உவர்க்கும் உமையே போற்றி
60. ஓம் நிலவுக் கலையைச் சூடினாய் போற்றி
61. ஓம் நிலைத்த இன்பம் நிகழ்த்துவாய் போற்றி
62. ஓம் நுணுகிய எதிலும் நுழைவாய் போற்றி
63. ஓம் நெஞ்சக்கல்லை நெரித்தாய் போற்றி
64. ஓம் நோயும் வறுமையும் அழிப்பாய் போற்றி
65. ஓம் பகைமை தீர்க்கும் பாரதி போற்றி
66. ஓம் பளிங்கில் நூல்போல் பொலிவாய் போற்றி
67. ஓம் பாரெல்லாம் காக்கப் பரிவாய் போற்றி
68. ஓம் பாவம் உணர்த்தும் திருமகள் போற்றி
69. ஓம் பாவம் நீக்கும் புண்ணியவதி போற்றி
70. ஓம் பிடர்த்தலைப் பீட மடக்கொடி போற்றி

71. ஓம் பிரிவற நிற்கும் பிடியே போற்றி
72. ஓம் புவனேச்வரியாம் புதியாய் போற்றி
73. ஓம் பூசல் புணர்க்கும் புகழே போற்றி
74. ஓம் பெண்மை வடிவப்பேறே போற்றி
75. ஓம் பெரியதற்கெல்லாம் பெரியாய் போற்றி
76. ஓம் பெரிய திருவின் பிராட்டி போற்றி
77. ஓம் பெரியோர் விரும்பும் பெரியாய் போற்றி
78. ஓம் பைரவியாகும் பரமே போற்றி
79. ஓம் மக்கள் பேற்றின் மாண்பே போற்றி
80. ஓம் மகா திரிபுரசுந்தரி போற்றி
81. ஓம் மதர்த்திடச் செய்யும் வாராகி போற்றி
82. ஓம் மலையினும் திண்ணிய மலரே போற்றி
83. ஓம் மனத்தின் உன்னத மணியே போற்றி
84. ஓம் மாகாளியாகும் மகளே போற்றி
85. ஓம் மாதங்க முனிவர் சார்வாய் போற்றி
86. ஓம் மாய வடிவின் மங்கை போற்றி
87. ஓம் முக்கண் சுடரும் முதல்வி போற்றி
88. ஓம் முக்குணமாக முளைப்பாய் போற்றி
89. ஓம் முச்சொல் முடிவில் முனைவாய் போற்றி
90. ஓம் முப்புரம் எரித்த முதல்வி போற்றி
91. ஓம் மும்மூர்த்திகளாய் முளைப்பாய் போற்றி
92. ஓம் முற்றுச்சொல்லாய் முடிப்பாய் போற்றி
93. ஓம் மூவிதமான சக்தி போற்றி
94. ஓம் மூவிதமான சந்தியே போற்றி
95. ஓம் மூவுலகுள்ளும் வாழ்வாய் போற்றி
96. ஓம் மூன்றடுக்கு உலகைக் காப்பாய் போற்றி
97. ஓம் மூன்று நிறமும் ஆவாய் போற்றி
98. ஓம் யோகத்தமிழாய் உதிப்பாய் போற்றி

99. ஓம் வாக்குத் தமிழாய் வருவாய் போற்றி
100. ஓம் வாராதே வர வல்லாய் போற்றி
101. ஓம் வாழ்வை வகுக்கும் வனதுர்க்கை போற்றி
102. ஓம் விசாலாட்சியாய் விளங்குவாய் போற்றி
103. ஓம் விருப்பம் விளைக்கும் லலிதா போற்றி
104. ஓம் விருப்பம் முடிக்கும் விசையே போற்றி
105. ஓம் வையம் காக்கும் வைணவி போற்றி
106. ஓம் வெற்றிவேல் தடக்கை கொண்டாய் போற்றி
107. ஓம் 'ஹம்-ஸம்' என்னும் ஓசையே போற்றி
108. ஓம் 'ஹ்ரீம்' எனும் ஓசைக்கிளியே போற்றி போற்றி.

ஸ்ரீ சூலினி அஷ்டோத்ரம்

ஓம் விச்வேச்வர்யை நம:

ஓம் விசாலாக்ஷ்யை நம:

ஓம் விச்வ வ்யாபார வர்த்தின்யை நம:

ஓம் கல்யாண்யை நம:

ஓம் ஜகத்யை நம:

ஓம் ஸூக்ஷ்மாயை நம:

ஓம் காமதாயை நம:

ஓம் கமலேக்ஷணாயை நம:

ஓம் த்ரிலோசனாயை நம:

ஓம் மஹாதேவ்யை நம:

ஓம் ஸர்கஸ்திதி லயப்ரதாயை நம:

ஓம் அம்ருதாயை நம:

ஓம் ஸூமுக்யை நம:

ஓம் வித்யாயை நம:

ஓம் பராயை நம:

ஓம் பாச விமோசின்யை நம:

ஓம் அனாமயாயை நம:

ஓம்	ஜகதாத்ரியை	நம:
ஓம்	கலிகல்மஷ நாசின்யை	நம:
ஓம்	காலகண்ட்யை	நம:
ஓம்	சிவாயை	நம:
ஓம்	ரௌத்ர்யை	நம:
ஓம்	காலராத்ர்யை	நம:
ஓம்	மஹா பலாயை	நம:
ஓம்	ப்ரபாவத்யை	நம:
ஓம்	மஹா காள்யை	நம:
ஓம்	மஹா பைரவ தோஷிண்யை	நம:
ஓம்	ஸுருபாயை	நம:
ஓம்	ஸுபுஜாயை	நம:
ஓம்	பத்ராயை	நம:
ஓம்	ஸோம சூடாயை	நம:
ஓம்	மனோன்மண்யை	நம:
ஓம்	நிஸும்ப சும்ப ஸம்ஹர்த்ர்யை	நம:
ஓம்	நித்யாயை	நம:
ஓம்	நிகில பாவன்யை	நம:
ஓம்	சங்கர்யை	நம:
ஓம்	மோஹின்யை	நம:
ஓம்	மாயாயை	நம:
ஓம்	சரபாயை	நம:
ஓம்	ஸர்வ மங்களாயை	நம:
ஓம்	ஸரஸ்வத்யை	நம:
ஓம்	மஹா லக்ஷ்ம்யை	நம:
ஓம்	சச்சிதானந்த ரூபிண்யை	நம:
ஓம்	ம்ருத்யுஞ்ஜயாயை	நம:
ஓம்	பயா பஹன்யை	நம:
ஓம்	விமலாயை	நம:

ஓம்	வீர்ய தாரணாயை	நம:
ஓம்	பீம ரூபாயை	நம:
ஓம்	பீம நாதாயை	நம:
ஓம்	பீமோரக விபூஷணாயை	நம:
ஓம்	ஸிம்ஹாஸனாயை	நம:
ஓம்	மஹா காயாயை	நம:
ஓம்	சூலின்யை	நம:
ஓம்	ஜ்வாலின்யை	நம:
ஓம்	ரத்யை	நம:
ஓம்	ரோக ஹந்தர்யை	நம:
ஓம்	ஜகதாத்ரியை	நம:
ஓம்	துர்காயை	நம:
ஓம்	விஜய சூலின்யை	நம:
ஓம்	அனவத்யாவயாயை	நம:
ஓம்	வஷட்கார்யை	நம:
ஓம்	ஹ்ரீம்காராயை	நம:
ஓம்	ஆஹ்லாத வர்த்தின்யை	நம:
ஓம்	க்ஷுத்ராபிசார சமன்யை	நம:
ஓம்	க்ஷோபிண்யை	நம:
ஓம்	மாலின்யை	நம:
ஓம்	குஹாயை	நம:
ஓம்	ரஞ்ஜின்யை	நம:
ஓம்	பஞ்ஜின்யை	நம:
ஓம்	துங்காயை	நம:
ஓம்	வாமதேவ்யை	நம:
ஓம்	மனோமய்யை	நம:
ஓம்	ஸுலபாயை	நம:
ஓம்	லலிதாயை	நம:
ஓம்	சுத்தாயை	நம:

ஓம்	ஸோமோதி தம்ஸாயை	நம:
ஓம்	ஸுகேஸின்யை	நம:
ஓம்	ஸுஷ்மாயை	நம:
ஓம்	ஸுஷ்மதராயை	நம:
ஓம்	ஸுப்ராயை	நம:
ஓம்	சோகமோக நிவாரிண்யை	நம:
ஓம்	ஜ்யோதிஷ்மத்யை	நம:
ஓம்	விசாலாக்ஷ்யை	நம:
ஓம்	க்ஷயாபஸ்மார நாஸின்யை	நம:
ஓம்	காத்யாயன்யை	நம:
ஓம்	சத்யை	நம:
ஓம்	ஸாத்வ்யை	நம:
ஓம்	காலாதீ தாயை	நம:
ஓம்	அருணாருணாயை	நம:
ஓம்	அமலாயை	நம:
ஓம்	பரமோதாராயை	நம:
ஓம்	அவாங்மானஸ கோசராயை	நம:
ஓம்	அவ்யக்தாயை	நம:
ஓம்	ரிபுதர்பக்ன்யை	நம:
ஓம்	அஜிதாயை	நம:
ஓம்	அபராஜிதாயை	நம:
ஓம்	பக்தரக்ஷாமணயே	நம:
ஓம்	பாக்யதாயின்யை	நம:
ஓம்	துக்க பஞ்ஜின்யை	நம:
ஓம்	ஸர்வார்த்த தாரிண்யை	நம:
ஓம்	பக்த ஸர்வாபீஷ்ட பலப்ரதாயை	நம:
ஓம்	தர்மார்த்த காம மோக்ஷக தாயின்யை	நம:
ஓம்	ஸுஸ்திராம்புஜாயை	நம:
ஓம்	ஸங்கர்ஷிண்யை	நம:

ஓம் க்ருண்யை	நம:
ஓம் ஜ்யோத்ஸ்னாயை	நம:
ஓம் நித்யானந்தாயை	நம:
ஓம் அகிலேஸ்வர்யை	நம:

ஸ்ரீ சூலினி கவசம்
(சிவ ரகஸ்யம்)

ஓம் அதவக்ஷ்யே மஹா குஹ்யம் கவசம் ஸர்வ ஸித்திதம்
ஸமாஹிதேந மனஸா ஸ்ருணு கல்யாணி தாத்ருசம்

சூலின்யா கவசந் திவ்யம் ஜகத்ரக்ஷண காரணம்
ஸர்வ ஸித்தி ப்ரதம ச்ரேஷ்டம் ஸர்வ பாப விநாசனம்

ஸர்வ மங்கள மாங்கல்யம் ஸர்வைஸ்வாய ப்ரதாயகம்
பிரஹ்மக்ஞான கரம் ஹ்ருதயம் பீஷணம் ஜயவர்த்தனம்
ஸர்வ ரோகஹரம் சாந்தம் ஸர்வ ரக்ஷாகரம் பரம்

ருஷிர் தேவ்யா கவசஸ்ய ம்ருத்யஞ் சயமுதா ஹ்ருதம்
உஷ்ணிக் சந்தச் ததா தேவீ தேவதா ஜகதம்பிகா
தும்காரம் பிஜ மித்யுக்தம் ஸ்வாஹா சக்தி: ஸ்தத்: பரம்
ஸர்வாபீஷ்ட ஸித்தியார்த்த விநியோகோ வராணனே

மாயா த்யைச்ச (ஹ்ரீம்) கரந்யாஸம் ஷடங்கம்
ப்ரணவாந்தவிதம்

ஸ்ரீ சரபேஸ்வர அஷ்டோத்ர சத நாமாவளி

ஓம்	உக்ராய	நம:
ஓம்	வீராய	நம:
ஓம்	பவாய	நம:
ஓம்	அக்ராய	நம:
ஓம்	விஷ்ணவே	நம:
ஓம்	ருத்ராய	நம:
ஓம்	பீமாய	நம:
ஓம்	க்ருத்தாய	நம:
ஓம்	மன்யவே	நம:
ஓம்	பராய	நம:
ஓம்	சர்வாய	நம:
ஓம்	சங்கராய	நம:
ஓம்	ஹராய	நம:
ஓம்	காலகாலாய	நம:
ஓம்	காலாய	நம:
ஓம்	மஹா காலாய	நம:
ஓம்	ம்ருத்யவே	நம:

ஓம்	நித்யாய	நம:
ஓம்	வீரபத்ராய	நம:
ஓம்	ஸஹஸ்ராக்ஷாய	நம:
ஓம்	மீடுஷே	நம:
ஓம்	மஹதே	நம:
ஓம்	மஹாதேவாய	நம:
ஓம்	மஹதே	நம:
ஓம்	தேவாய	நம:
ஓம்	சூலினே	நம:
ஓம்	ஏகாய	நம:
ஓம்	நீலகண்டாய	நம:
ஓம்	ஸ்ரீகண்டாய	நம:
ஓம்	பிநாகினே	நம:
ஓம்	ஆனந்தாய	நம:
ஓம்	ஸூக்ஷ்மாய	நம:
ஓம்	ம்ருத்யும்ருத்யவே	நம:
ஓம்	பராய	நம:
ஓம்	பரமேசாய	நம:
ஓம்	பராத்பரதரய	நம:
ஓம்	பரேசித்ரே	நம:
ஓம்	பகவதே	நம:
ஓம்	விஸ்வ மூர்த்தயே	நம:
ஓம்	விஷ்ணு களத்ராய	நம:
ஓம்	விஷ்ணு க்ஷேத்ராய	நம:
ஓம்	பானவே	நம:
ஓம்	கைவர்த்தாய	நம:
ஓம்	கிராதாய	நம:
ஓம்	மஹா வ்யாதாய	நம:
ஓம்	சம்பவே	நம:

ஓம்	பைரவாய	நம:
ஓம்	சரண்யாய	நம:
ஓம்	மஹா பைரவ ரூபிணே	நம:
ஓம்	ந்ருஸிம்ம ஸம்ஹர்த்ரே	நம:
ஓம்	காமாகாலாய	நம:
ஓம்	புராரயே	நம:
ஓம்	பாபௌக ஸம்ஹர்த்ரே	நம:
ஓம்	விஷ்ணு மாயாந்த காரிணே	நம:
ஓம்	த்ரியம்பகாய	நம:
ஓம்	மஹேசாய	நம:
ஓம்	சிபிவிஷ்டாய	நம:
ஓம்	மீடுஷே	நம:
ஓம்	ம்ருத்யுஞ்ஜயாய	நம:
ஓம்	சர்வாய	நம:
ஓம்	ஸர்வாண்யாய	நம:
ஓம்	யமாரயே	நம:
ஓம்	கக்ஷோத்காய	நம:
ஓம்	ஹிரண்யாய	நம:
ஓம்	வஹ்ரிரேதஸே	நம:
ஓம்	மஹாப்ராணாய	நம:
ஓம்	ஜீவாய	நம:
ஓம்	ப்ராணாபான ப்ரவர்த்தினே	நம:
ஓம்	த்ரிகுணாய	நம:
ஓம்	த்ரிசூலாய	நம:
ஓம்	குணாதீதாய	நம:
ஓம்	ஜிஷ்ணவே	நம:
ஓம்	யந்த்ரப்ரவர்த்தினே	நம:
ஓம்	சித்வ்யோம்னே	நம:
ஓம்	ஸூக்ஷ்மாய	நம:

ஓம் புங்கலாதீச வாஹினே நம:
ஓம் வாஹினே நம:
ஓம் பரமாய நம:
ஓம் விகாராய நம:
ஓம் ஸர்வகாரண ஹேதவே நம:
ஓம் கபாலினே நம:
ஓம் கராளாய நம:
ஓம் பதயே நம:
ஓம் புண்யகீர்த்தயே நம:
ஓம் அமோகாய நம:
ஓம் அக்னி நேத்ராய நம:
ஓம் வகுளீசாய நம:
ஓம் சம்பவே நம:
ஓம் பிஷ்க்தமாய நம:
ஓம் சண்டாய நம:
ஓம் கண்டினே நம:
ஓம் கோரரூபிணே நம:
ஓம் தேவாய நம:
ஓம் தேவதேவாய நம:
ஓம் பவானீ பதயே நம:
ஓம் அவ்யக்தாய நம:
ஓம் விசோகாய நம:
ஓம் வீரதன்வனே நம:
ஓம் ஸர்வாணவே நம:
ஓம் க்ருத்திவாஸாய நம:
ஓம் பஞ்சார்ணய ஹேதவே நம:
ஓம் ஏகபாதாய நம:
ஓம் சந்த்ரார்த்த மௌளயே நம:
ஓம் அத்வர ராஜாய நம:

ஓம்	வசாம்பதயே	நம:
ஓம்	யோகித்யேயாய	நம:
ஓம்	ஸத்வாய	நம:
ஓம்	நித்யாய	நம:
ஓம்	பரமாத்மனே	நம:
ஓம்	ஸர்வாத்மனே	நம:
ஓம்	ஸர்வேஸ்வராத்மனே	நம:
ஓம்	காளீ துர்கா ஸமேத ஸ்வாமினே	நம:

ஸ்ரீ சரபேஸ்வர அஷ்டோத்ர சத நாமாவளி சம்பூர்ணம்.

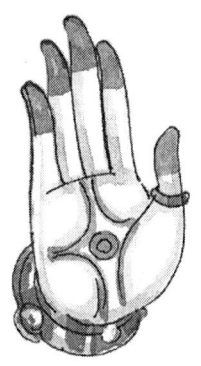

இன்பமே சூழ்க...
எல்லோரும் வாழ்க!